GIẢNG GIẢI

CẢM ỨNG THIÊN

TẬP 8

GIẢNG GIẢI

CẢM ỨNG THIÊN - TẬP 8/8

HÒA THƯỢNG TỊNH KHÔNG

NGUYỄN MINH TIẾN Việt dịch

GIẢNG GIẢI CẢM ỨNG THIÊN

HÒA THƯỢNG TỊNH KHÔNG
NGUYỄN MINH TIẾN Việt dịch

TẬP 8 (TRỌN BỘ 8 TẬP)

NHÀ XUẤT BẢN LIÊN PHẬT HỘI
UNITED BUDDHIST PUBLISHER - UBP

NỘI DUNG

Bài giảng thứ 171

(Giảng ngày 12 tháng 3 năm 2000 tại Tịnh Tông Học Hội Singapore, file thứ 172, số hồ sơ: 19-012-0172)

Thưa quý vị đồng học, cùng tất cả mọi người.

Xin mời mở sách *Cảm ứng thiên*, đoạn thứ 102: *"Áp lương vi tiện. Man mạch ngu nhân."* (Chèn ép khinh khi người lương thiện. Lừa gạt kẻ khờ khạo ngu ngốc.) Hai câu này, trong xã hội hiện đại hầu như rất thường nhìn thấy. Đây là hai câu cuối cùng của phần nói về *"những việc ác do không có lòng nhân hậu khoan dung"*.

Chúng ta đọc đến đoạn này trong Cảm ứng thiên, cảm xúc rất sâu sắc, nghĩ đến trong xã hội hiện nay những quả báo chiêu cảm bởi sự tạo các nghiệp ác thật đáng sợ. Vì sao những người bình thường trong xã hội hiện nay đối với việc tạo các nghiệp ác đều tập quen thành thói thường, một mảy may ý niệm cảnh giác cũng không hề có? Dường như việc tạo các nghiệp ác là việc rất bình thường, thỉnh thoảng có người làm việc thiện liền khiến cho mọi người đều cảm thấy lạ lùng kỳ quái, thấy như đó là trái với lẽ thường. Hiện tượng này quyết định không phải là tốt đẹp.

Do đó có thể biết rằng, xã hội Trung quốc hiện nay cũng giống như ở các nước khác, không có tiêu chuẩn để phân biệt thiện ác. Nói cách khác, người ta không biết những gì là thiện, những gì là ác, lấy ác cho là thiện, lấy thiện cho là ác, việc thiện chẳng thèm làm, việc ác thì đua nhau mà làm. Cho nên thế giới mới có ngày tận thế, tương lai phía trước hoàn toàn không khả quan.

Các nhà tôn giáo phương Tây nói rằng cuối thế kỷ này là ngày tận thế. Cuối thế kỷ này, quý vị đều biết không phải là năm 1999, mà là năm nay, vì thế kỷ 21 phải bắt đầu tính từ năm tới, không thể lấy năm 2000 cho là thuộc thế kỷ 21. Khi tính đếm, quý vị phải tính đến một ngàn là chẵn số, quý vị không thể chỉ tính đến 999. Năm nay, năm 2000 mới thực sự là cuối thế kỷ.

Có khả năng có tai nạn hay không? Chúng ta đem sách *Cảm ứng thiên* đối chiếu qua một lượt thì trong lòng có thể hiểu rõ. Vì sao tiêu chuẩn [phân biệt] thiện ác bị mất đi, trong kinh Vô Lượng Thọ, đức Phật dạy rất rõ ràng: *"Tiên nhân bất thiện, vô hữu ngứ giả, thù vô quái dã."* ([Là do] thế hệ trước không tốt, không ai dạy bảo họ, hoàn toàn không trách họ.) Đức Phật nói ra câu này thật hết sức đau xót, hết sức linh hoạt, cũng là giúp chúng ta phải đề cao cảnh giác. *"Tiên nhân bất thiện"* là nói trước đó một thế hệ. Người thuộc thế hệ trước chỉ toàn xem nặng việc tranh danh đoạt lợi, chuyện giáo dục đều xem thường bỏ qua. Lẽ tất nhiên khi người người đều có khuynh hướng chạy theo danh văn lợi dưỡng, khuyến khích sự cạnh tranh thì đó là trái ngược với giáo dục.

Trung quốc từ mấy ngàn năm qua, các bậc hiền thánh xưa, chư Phật, Bồ Tát đều dạy người nhẫn nhục nhường nhịn, đều dạy người nhún nhường lui bước, không hề dạy người cạnh tranh nhau. Cho nên, dạy người cạnh tranh nhau là phản giáo dục. Tranh giành là ý niệm xấu ác, hành vi xấu ác. Nói cách khác, [ngày nay] đề xướng việc giáo dục ý niệm xấu ác, hành vi xấu ác, còn nền giáo dục ý niệm hiền thiện, hành vi hiền thiện thì bị công kích, đè nén xuống. Như vậy sao có thể được?

Các bậc thánh hiền thế gian cũng như xuất thế gian đều dạy chúng ta gieo nhân lành mới được quả lành, tạo nghiệp ác nhất định phải chiêu cảm quả báo xấu ác. Xã hội ngày nay là xã hội gì? Chúng ta quay lại tự xét chính bản thân mình, xem tự mình thường nuôi dưỡng những tâm niệm gì? Có phải là ngày ngày trong xã hội này đều cạnh tranh nhau, cạnh tranh không từ bất kỳ một thủ đoạn nào? Cho nên, ngày nay không có sự giáo dục trong gia đình, giáo dục trong xã hội cũng không có, giáo dục trong trường học cũng không có. Hơn thế nữa, cả ba phương diện [gia đình, xã hội, học đường] đều là phản giáo dục. Xã hội như vậy còn có tương lai được sao?

Pháp sư Khai Tâm ở Đài Nam là người mà quý vị cũng rất kính ngưỡng, vừa mới vãng sinh. Tôi nghe các vị đồng tu bên đó kể rằng, trước khi ngài ra đi có nói: *"Trên bầu trời Đài Loan có một đám mây đen bao phủ."* Đài Loan như vậy, ngày nay toàn thế giới, trọn quả địa cầu này cũng đều như vậy, đang bao phủ một vùng đen tối. Trí tuệ là ánh sáng, tham sân si là đen tối. Chúng ta suy ngẫm xem, có được mấy người thực sự dứt trừ tham sân si, siêng năng tu tập giới định tuệ? Giới định tuệ tỏa chiếu ánh sáng, tham sân si che trùm khí đen. Vấn đề này hết sức nghiêm trọng, là ở ngay trước mắt chúng ta.

Mười ba năm trước, Lão cư sĩ Lý Bỉnh Nam vãng sinh. Một ngày trước khi vãng sinh, thầy nói với các [học trò] đồng học: *"Thế giới này hỗn loạn, chư Phật, Bồ Tát, thần tiên xuống trần cũng không cứu nổi."*

Thầy lại nói: *"Chỉ còn duy nhất một con đường sống là chân thành niệm Phật cầu sinh Tịnh độ."*

Việc này cách đây đã mười mấy năm, hiện tại nhìn xem xã hội này, nhớ đến lời của Lý lão sư, thật đã hoàn toàn ứng nghiệm. Chúng ta ngoài việc niệm Phật cầu sinh Tịnh độ, còn có biện pháp nào tốt nữa? Phát tâm đại từ bi, giúp đỡ hỗ trợ xã hội này, cũng chỉ là việc cố hết sức người, còn phải đợi xem mệnh trời mà thôi. Sao có thể không buồn đau thương xót?

Đọc đến hai câu này, như câu *"Chèn ép khinh khi người lương thiện"*, trong phần chú giải là giảng theo nghĩa hẹp. Chúng ta quan sát hiện tượng trong xã hội hiện tiền là nghĩa rộng. *"Khinh khi người lương thiện"*, trong ngạn ngữ gọi là: *"Ngựa hay bị người cưỡi, người tốt bị người khác khinh khi."* Như vậy thì mọi người đều không muốn làm người tốt. Người tốt bị người khác khinh chê, cô phụ. Người tốt bị xã hội xem thường.

Thế nhưng tự mình cần phải biết, nếu ta học làm việc ác, trở thành người xấu ác, cũng chiếm lấy phần lợi lộc của người khác, thì một đời này ngắn ngủi mấy mươi năm qua đi rồi, đến đời sau biết phải làm sao, đã nghĩ đến hay chưa? Đời sau chính là phải đọa vào ba đường ác, vào địa ngục.

Nếu như thấu hiểu được ý nghĩa này, rõ biết được chân tướng sự thật, trong một đời này ta làm người tốt bị người khác khinh khi xem thường. Không cần phải nói là người tốt ở đời bị người khác khinh thường, chúng ta ở trong cửa Phật, quý vị muốn làm một người tốt, dựa theo lương tâm mà tu hành, cũng phải chịu chèn ép bức bách, cũng phải chịu hủy nhục, cũng có người khinh khi xem thường quý vị. Tục ngữ có câu: *"Đi cùng đường ghen ghét nhau."* Chướng ngại rất nhiều, chúng ta chỉ biết khẩn cầu chư Phật, Bồ Tát che chở, giúp đỡ. Nói thật ra, làm được một ngày biết một ngày, cũng không biết được ngày mai sẽ ra sao. Có cơ hội thì làm việc tốt, không có cơ hội thì chân thành niệm Phật. Chỉ có thể làm được đến như vậy thôi.

Câu tiếp theo là *"Lừa gạt kẻ khờ khạo ngu ngốc."* Đó là dựa vào chút thông minh, trí tuệ nhỏ nhoi của mình, nhà Phật gọi là *"thế trí biện thông"*, mà dùng âm mưu, dùng xảo kế để lừa gạt chúng sinh, khiến cho những kẻ ngu khờ không hề hay biết, đều bị quý vị lừa bịp, đều bị quý vị lợi dụng. Trong phần chú giải có mấy câu nói rất hay. Người ngu không phải chỉ là không đọc sách, không biết chữ. Trong những người không đọc sách, không biết chữ cũng vẫn có rất nhiều người trí tuệ cao minh.

Với những người ngu chúng ta nhìn thấy hiện nay thì thế nào gọi là ngu? Là không có năng lực phân biệt những điều chân vọng, tà chính, thiện ác, thị phi. Họ tốt nghiệp đại học, có học vị bác sĩ, cũng vẫn là người ngu. Rất nhiều, rất nhiều!

Thế gian này có rất nhiều tà giáo. Quý vị xem những người tin theo tà giáo đều là như trong câu này nói đến. Các thầy truyền giáo của tà giáo dùng phương pháp nào đó để lừa gạt họ, họ không có năng lực phân biệt, lấy tà làm chính, tưởng như đúng mà sai, những người kia cùng với họ hủy báng chánh pháp, khinh khi, chèn ép, hủy nhục những người chân chánh tu hành. Bọn tà sư này không phải chánh thần, không phải Phật, Bồ Tát. Yêu ma quỷ quái kết hợp chung cùng với bọn họ, thường thường chúng ta xem thấy quy tụ rất đông người. Người hiện nay gọi là tài lực hùng hậu, khí thế rất lớn, tín đồ rất đông, đặt chi nhánh trên khắp thế giới. Đây chính là như bậc cổ đức đã nói, thời đại này là *"pháp nhược ma cường"* (chánh pháp suy yếu, tà ma mạnh mẽ). Khí thế mạnh mẽ của tà ma cao ngất, đệ tử Phật thật đáng thương, người tu hành chân chánh thật đáng thương.

Những người [theo tà đạo] này khinh chê chèn ép người lương thiện, tội lỗi của họ thật hết sức nặng nề. Người làm như vậy nhất định phải chịu quả báo xấu ác. Người bị khinh chê lừa bịp vì ngu muội không biết. Họ không biết mình bị lừa, cũng không biết mình thiệt thòi, đương nhiên càng không có khả năng trốn thoát khỏi bàn tay của tà ma. Thế nhưng đám yêu ma quỷ quái nhất định rồi cũng phải chịu nhân quả báo ứng.

Chúng ta hiểu rõ được ý nghĩa này, nhìn thấu chân tướng sự thật, tự mình mới thấy được là hết sức may mắn, đời này được sinh ra làm người, được nghe chánh pháp, thật không dễ dàng chút nào. Người xưa nói là *"trăm ngàn muôn kiếp khó gặp được"*. Đúng là như vậy.

Sau khi được nghe Phật pháp rồi, làm sao để có thể trong một đời này thành tựu, đó là hoàn toàn dựa vào lòng tin của chính ta, niềm tin chân thật. Còn phải tùy duyên tùy phận cầu nhận hiểu. Lý lẽ nhà Phật rất sâu xa, phải thấu hiểu sáng tỏ, phải thông đạt. Hiểu lý rõ ràng rồi thì lòng tin của quý vị, tâm nguyện của quý vị mới kiên cố không còn thối chuyển.

Vì sao nghe theo lời vô căn cứ của người khác? Yêu ma quỷ quái ngày ngày truyền rộng những lời vô căn cứ, quý vị vì sao lại chịu nghe theo? Đó là quý vị đối với ý nghĩa của kinh luận nhận hiểu được quá ít, quý vị không chống lại được sự dẫn dụ mê hoặc. Nguyên nhân là ở chỗ này. Cho nên, quý vị thấy trong kinh điển đức Phật thường dạy chúng ta *"học rộng nghe nhiều"*, *"hiểu sâu ý nghĩa"*. Nếu thực sự có thể nhận hiểu sâu xa, trí tuệ khai mở, quý vị liền có năng lực nhìn thấu được những mánh khóe của yêu ma quỷ quái, quý vị không bị chúng tác động. Thế lực của bọn chúng rất lớn, đồ chúng rất đông, nhưng chúng ta sống giữa chung quanh toàn là cảnh giới của ma cũng có thể thành tựu được. Như vậy mới không uổng phụ một đời này đã được thân người, được nghe Phật pháp.

Nhưng tự mình phải giữ vững theo lời răn dạy của chư Phật, Bồ Tát, của các bậc tổ sư đại đức. Lời răn dạy của các ngài là trí tuệ chân thật, là từ bi vô tận. Kinh điển phải thường xuyên đọc, mỗi ngày đều phải đọc, không một ngày nào không đọc. Trong lúc đọc kinh phải hiểu được nghĩa kinh, phải y theo lời dạy vâng làm. Không cần phải tụng đọc nhiều, quý ở chỗ tinh túy, không phải ở số lượng nhiều. Mỗi ngày có thể học một câu, thực hành một câu, như vậy cũng được vô lượng công đức. Tụng niệm được rất nhiều, nhưng một câu cũng không làm theo được, như vậy cũng đồng như người không niệm. Người xưa gọi đó là *"hoàn toàn không công đức"*.

Nhất định phải làm được, phải thực sự nỗ lực mà làm. Chúng ta tự mình làm được, đó là khuyến khích, giáo hóa người khác. Chúng ta tự mình nêu gương tốt cho người khác noi theo, những người quanh ta dù nhìn thấy không giác ngộ, vẫn còn có quỷ thần. Quỷ thần cũng nhìn thấy được.

Cách đây ba ngày, có một vị đồng tu nằm mộng, gọi điện thoại nói với tôi, nói về những bài vị thờ trong điện Phật của *Phật-đà Giáo Dục Cơ Kim Hội* ở Đài Bắc. Trong *Phật-đà Giáo Dục Cơ Kim Hội* đặt các bài vị thờ cúng không thu tiền, thờ cúng số lượng rất nhiều. Có một vị trong đó báo mộng nói rằng, muốn được đến đạo tràng Cư Sĩ Lâm ở Singapore để nghe kinh, niệm Phật. [Người nằm mộng] điện thoại báo với tôi như vậy. Cho nên, tôi nghe như vậy rồi, ở Niệm Phật đường, Giảng đường bên này có nói với mọi người: *"Quý vị tu tập có thể xem là không tệ, có quỷ thần muốn đến tham học."* Cho nên, chúng ta thờ cúng một số bài vị *"Đài Bắc Phật-đà Giáo Dục Cơ Kim Hội Vãng Sinh Đường Thượng Chúng Linh Vị"*, là vì họ mà làm một bài vị chung. Tôi cũng nghĩ đến ở Đài Bắc chúng ta còn có Đồ Thư Quán. Khi tôi còn ở Đồ Thư Quán thờ cúng các bài vị vãng sinh không ít, tôi cũng thỉnh các vị này đến. Cho nên cũng có bài vị *"Đài Bắc Hoa Tạng Đồ Thư Quán Vãng Sinh Đường Thượng Chúng Linh"*. Còn có các vị oán thân trái chủ của bốn chúng đồng học ở hai đạo trường, chúng ta cũng thờ chung một bài vị siêu độ.

Chúng ta phàm phu mắt thịt không nhìn thấy được, cũng có người có thể thấy được kể lại với chúng ta, oán thân trái chủ của mỗi một người xếp thành hàng đi theo sau [người ấy] kéo dài đến mấy dặm đường, ta nhìn không thể thấy được. Quý vị nói xem có đáng sợ hay không? Tôi tin lời nói này là thật, vì oán thân trái chủ ấy là từ vô lượng kiếp đến nay. Cho nên, chúng ta trên con đường tu đạo Bồ-đề, vì sao tiến bước khó khăn gian khổ đến thế này? Vì oán thân trái chủ quá nhiều. Quý vị muốn thành tựu, quý vị muốn giải thoát, những kẻ ấy không cam tâm. Họ cần phải báo thù, trả oán, đòi nợ, trả nợ. Những ân ân oán oán như vậy còn chưa dứt được thì sự phiền toái quấy nhiễu hãy còn rất nhiều. Người học Phật chúng ta tin vào điều này, quyết định đây không phải là mê tín.

Vậy chúng ta phải làm sao? Hạt nhân đã được gieo xuống rồi, nên biện pháp duy nhất là tùy theo duyên đến mà giải quyết. Chúng ta từ nay về sau không trở lại làm việc ác, hết sức răn ngừa những lời nói ác, hành vi ác, quan trọng thiết yếu hơn nữa là dứt trừ hết những ý niệm xấu ác. Thực sự làm được đến chỗ tâm ý hiền thiện, lời nói hiền thiện, việc làm hiền thiện, ba nghiệp đều thiện, đem công đức ấy hồi hướng cho oán thân trái chủ, ta xem như trả nợ, đền nợ. Tôi tin là tuyệt đại đa số oán thân trái chủ đều vui lòng tiếp nhận, như vậy mới hóa giải được, con đường tu đạo Bồ-đề mới có thể được xuôi buồm thuận gió.

Cho nên chúng ta thường niệm bài kệ hồi hướng: *"Nguyện dĩ thử công đức, trang nghiêm Phật Tịnh độ, thượng báo tứ trọng ân, hạ tế tam đồ khổ."* (Nguyện đem công đức này, trang nghiêm Tịnh độ Phật, trên đền bốn ơn nặng, dưới cứu khổ ba đường.) Đó là cởi mở hóa giải oán cừu.

Thế nhưng quý vị phải suy ngẫm, chúng ta lấy công đức gì [để hồi hướng]? Tụng niệm một thời kinh, không có công đức. Lễ Phật một lạy có công đức hay không? Không có công đức. Vì tâm ý với hành động không tương ưng, khởi tâm động niệm vẫn là tự tư tự lợi, lời nói việc làm vẫn là hại người lợi mình, công đức ở chỗ nào?

Lạy Phật, phải lạy như thế nào mới có công đức? Đem tâm cung kính lạy Phật đó mà cung kính hết thảy chúng sinh. Lạy Phật như vậy có công đức. Ta đối với Phật cung kính như thế nào, đối với hết thảy chúng sinh cũng đều cung kính như vậy, đó mới là công đức. Đối với Phật hết sức cung kính, đối với người khác không cung kính, như vậy không có công đức.

Đọc kinh, hiểu nghĩa, vâng làm theo đều có công đức. Chỉ tụng đọc thôi, không hiểu được nghĩa kinh, cũng không biết thực hành theo, như vậy đọc kinh không có công đức. Không có công đức mà hồi hướng như trên là nói dối. Nói dối là có tội, quỷ thần chê cười quý vị, quỷ thần không dung thứ cho quý vị.

Cho nên, chúng ta phải thực sự tu tập, từ trong tâm ý, từ nơi lời nói, từ nơi hành vi đều phải sửa lỗi, tự làm trong sạch chính mình.

Về tiêu chuẩn thiện ác, sách Cảm ứng thiên này là một giáo trình hết sức tốt. Đại sư Ấn Quang vì chúng ta giới thiệu, vì chúng ta đề xuất, để chúng ta đọc qua sách này. Sách này chính là các tiêu chuẩn [phân biệt] thiện ác. Những điều thiện nói trong sách, chúng ta có làm được không? Những điều xấu ác nói trong sách, chúng ta kiểm điểm lại bản thân mình, có phạm vào những lỗi lầm như vậy hay không? Dứt trừ hết thảy việc ác, tu tập hết thảy việc lành, đó là công đức.

Hôm nay thời gian đã hết, chúng ta giảng đến đây thôi.

Bài giảng thứ 172

(Giảng ngày 14 tháng 3 năm 2000 tại Tịnh Tông Học Hội Singapore, file thứ 173, số hồ sơ: 19-012-0173)

Thưa quý vị đồng học, cùng tất cả mọi người.

Xin mời mở sách *Cảm ứng thiên*, đoạn thứ 103. Đây là đoạn lớn thứ 15 trong toàn văn, nói đến *"những điều xấu ác trong gia đình"*: *"Tham lam vô yếm. Chú trở cầu trực."* (Tham lam không chán. Thề thốt cầu thần chứng minh.)

Câu thứ nhất có ý nghĩa là lòng tham quá nặng. Tôi sẽ đọc qua một lần phần chú giải này: "Dùng miệng lưỡi để lấy được vật gọi là *lam*. Nói về lòng tham của con người, khác nào như ăn vào miệng, không có lúc chán dừng, không có chỗ cùng cực."

Câu này cũng đã nói được rất thấu triệt. Tham mà không chán, tội lỗi này thật quá nặng, quá lớn. Bên dưới trích dẫn một câu của Lão tử: *"Không tội nào lớn bằng nhiều tham dục, không họa nào lớn bằng không biết đủ.'* Người biết đủ thì nghèo hèn cũng vui, không biết đủ thì giàu sang cũng lo lắng. Người đời tham cầu cho nhiều, rốt cùng cũng hao tán. Cho nên không cần phải nói, lúc rơi vào tai họa nghiệt ngã càng khó khăn hơn."

Đoạn này chúng ta cần đọc lại nhiều lần, thể hội thật kỹ ý nghĩa trong lời văn, rồi quay lại quan sát kỹ xã hội hiện nay, chúng ta mới hiểu được các bậc hiền thánh xưa quả thật có đầy đủ trí tuệ chân thật.

Thế giới này ngày nay vì sao quá nhiều người tham lam đến thế? Đó là tạo thành nghiệp tội, đó là đầu mối tai họa, đầu mối của tội lỗi và tai họa. Vì sao có quá nhiều người làm [ác] đến thế, không biết quay đầu? Nguyên nhân nằm ở chỗ nào? Là do ở chỗ không có người dạy dỗ. Trên giảng đường, từng giờ từng phút tôi luôn cảnh tỉnh quý vị đồng học. Quý vị đồng học chúng ta tự mình có thể quay đầu được không? Có giác ngộ không? Thật rất khó nói. Mỗi ngày đều nghe [kinh], mỗi ngày đều học [pháp] mà vẫn không thể quay đầu, vẫn không thể giác ngộ. Hay đó là biết rõ mà vẫn cố phạm vào? Nguyên nhân này là ở chỗ nào?

Sức mạnh dụ dỗ mê hoặc bên ngoài xã hội là quá lớn, quá mạnh, trí tuệ của tự thân chúng ta thì hết sức yếu ớt, không chống đỡ nổi. Nếu như vâng theo những lời răn dạy của chư Phật, Bồ Tát, những lời dạy bảo của các bậc hiền thánh xưa, thì dường như trước mắt chúng ta bị thiệt thòi quá lớn, bị người lừa gạt, lợi lạc tiện nghi đều bị người khác chiếm lấy hết, tự mình thật không cam tâm, không tình nguyện [vâng theo]. Như vậy là sao? Là biết rõ mà vẫn cố ý phạm vào. Thậm chí còn nghi hoặc những lời răn dạy của các bậc hiền thánh xưa, rằng không còn hợp thời nữa, rằng đã qua thời ấy rồi, hiện tại không dùng được nữa.

Những người có cách hiểu biết như vậy rất nhiều, rất nhiều. Lại có mấy người rõ biết được chân tướng sự thật? Thực sự rõ biết chân tướng sự thật thì chấp nhận thiệt thòi cũng sẵn lòng để người lừa dối, lợi lộc tiện nghi nhường cho người khác chiếm lấy, tự thân mình chịu thiệt thòi. Vì sao họ chịu làm như vậy? Vì họ hiểu được là hoàn cảnh trước mắt không giống nhau. Chúng ta hôm nay chịu thiệt thòi, đời sau được sự tiện nghi lớn. Người đời hiện nay chiếm lấy phần tiện nghi, đời sau phải chịu thiệt thòi lớn. Ý nghĩa này phải là người thâm nhập kinh tạng, hiểu sâu nghĩa lý thì mới hiểu rõ được, mới chịu làm. Nếu hiểu cạn cợt, chỉ thấy được lợi ích ngay trước mắt, không thấy được lợi ích trong tương lai. Chúng ta trước mắt đang ở trong thời đại nào, tự mình phải rõ biết.

Trước đây, vào năm đầu Dân quốc (1912) có cư sĩ Đinh Phúc Bảo (1873-1950) là một người rất tuyệt vời, Nho học, Phật học đều đạt đến mức rất thâm sâu. Năm bốn mươi tuổi, ông quan sát thấy rõ được ý nghĩa chân thật của đời người, đối với hết thảy các pháp thế gian đều không còn lưu luyến. Ông nói với bạn bè rằng: "Tôi ở trong thế gian này chỉ như người khách trọ không khác, biết rõ rằng nhà cửa, tài sản, sự nghiệp, hết thảy đều không chân thật, đều là giả tạm." Trong kinh Kim Cang nói *"mộng ảo bào ảnh"*, không một mảy may ý niệm bám chấp lưu luyến, tâm của ông đã thanh tịnh, trí tuệ khai mở, cho nên chuyên tâm vào Phật pháp.[1] Chuyên tâm vào Phật pháp là nghĩ đến tương lai. Người người đều có đời sau, lúc nào thì sang đời sau? Không một ai biết được, chỉ trong khoảng thời gian một sát-na. Khi nào thời điểm một sát-na ấy đến, không ai biết được. Cũng có thể mấy chục năm sau, cũng có thể ba hoặc năm năm, cũng có thể trong ba, bốn ngày, cũng có thể ngay thời điểm hiện tại này, nhất định phải rõ biết như vậy.

Lão cư sĩ Lý Bỉnh Nam trước lúc vãng sinh một ngày nói với các học trò: *"Thế giới này loạn rồi."* Ông nói: *"Chư Phật, Bồ Tát xuống trần cũng không cứu nổi."*

Nghiệp lực không thể nghĩ bàn. Trong kinh Địa Tạng nói: "Nghiệp lực của chúng sinh có thể cao ngang núi Tu-di, có thể sâu bằng biển lớn." Nghiệp lực không thể nghĩ bàn, dù chư Phật Như Lai cũng không thể chuyển đổi định nghiệp của chúng sinh. Đó không phải chư Phật, Bồ Tát không từ bi. *"Tâm, Phật và chúng sinh, cả ba đều không khác biệt."* Nghiệp lực của chúng sinh phải cùng kết hợp với Phật pháp thì mới có thể cứu được. Thế nhưng nghiệp lực của chúng sinh ngày nay hoàn toàn xa lìa Phật pháp.

---

[1] Đinh Phúc Bảo là soạn giả một bộ Từ điển Phật học rất được xem trọng trong giới nghiên cứu Phật học.

Tuần trước, ở Đài Loan có mấy vị tỳ-kheo ni đến hỏi tôi: "Ở Bộ Lý có nhiều chùa chiền như thế, người xuất gia nhiều như thế, vì sao vẫn bị trận động đất lớn? Vì sao có tai nạn lớn như vậy?" Tôi hỏi lại các vị ấy: "Vì sao Pháp sư Sám Vân không bị tai nạn?" Pháp sư cũng ở địa phương đó.

Trước đây Lão cư sĩ Lý Bỉnh Nam thường nói: *"Có chùa không có đạo, không thể làm hưng vượng giáo pháp."* Không phải chùa nhiều, tượng Phật nhiều thì địa phương ấy gọi là có Phật pháp, quan niệm như vậy là sai lầm. Phải hỏi lại quý vị, địa phương ấy có người tu hành chân chánh hay không? Không có người chân chánh tu hành, tuy xuất gia rồi vẫn còn tranh danh đoạt lợi, còn hủy báng lẫn nhau, bên này bên kia tranh nhau tín đồ, không từ thủ đoạn, như vậy chỗ nào có đạo pháp?

Hiện tại, mọi người đều có một quan niệm rất sai lầm, cho rằng xây dựng được nhiều chùa chiền, tạo được nhiều tượng Phật thì chư Phật, Bồ Tát sẽ đến giúp đỡ che chở chúng ta, tự mình như vậy không còn gì phải kiêng dè, tha hồ làm những việc sai trái, chư Phật, Bồ Tát vẫn che chở, giúp đỡ cho mình. Làm gì có lý lẽ ấy? Chúng ta tự mình phải hiểu thật rõ ràng, sáng tỏ.

Thậm chí trong hiện tại có nhiều người xuất gia nhưng không hiểu được ý nghĩa xuất gia. Học Phật, nhưng Phật là gì cũng không biết. Vấn đề này quả thật vô cùng nghiêm trọng.

[Câu thứ hai nói] *"chú trở"* cũng giống như chúng ta nói "thề thốt". Tại Đài Loan rất phổ biến. Quý vị xem, mỗi kỳ bầu cử người ta đều thề thốt, còn chặt đầu gà đặt trước thần linh để thề thốt. Đó là tạo tội ác. Không thề thốt thì tội lỗi ấy cũng đã nặng nề rồi, thề thốt lại cầu thần minh bao che giúp đỡ cho mình, che giấu tội lỗi của mình, có lý nào lại như vậy?

Trong sách xưa của Trung quốc có giải thích: *"Thông minh chính trực gọi là thần."* Thần là bậc thông minh chính trực, lẽ nào chịu nhận sự hối lộ của quý vị hay sao? Thần chịu bao che cho quý vị hay sao? Thần mà chịu nhận hối lộ, bao che cho quý vị, đùa cợt với quý vị, đó chẳng phải thần, chính là yêu ma quỷ quái. Cho nên, thế gian này ngày nay, chúng ta thử hỏi xem có thần hay không? Xin thưa cùng quý vị, chư Phật, Bồ Tát, thần linh đều lánh xa cả rồi. Bao vây quanh cả thế giới này là những thứ gì? Toàn là yêu ma quỷ quái.

Vì sao yêu ma quỷ quái đến đây, còn chư Phật, Bồ Tát, thần tiên đều bỏ đi? Đó là vì sự cảm ứng giao hòa trong đạo. Con người có thiện tâm chân thành, liền có thể cảm động được chư Phật, Bồ Tát. Con người nếu tự tư tự lợi, khởi tâm xấu ác làm việc ác, quý vị liền chiêu cảm toàn yêu ma quỷ quái. Nhà Phật thường nói: *"Chúng sinh có cảm, chư Phật liền có ứng."* Sự chiêu cảm hiền thiện thì chư Phật, Bồ Tát ứng hiện. Sự chiêu cảm xấu ác thì yêu ma quỷ quái ứng hiện. Trong Kinh Dịch nói: *"Người đồng loại họp về một phương, vật đồng loại họp nhau thành bầy."* Chúng ta phải hiểu rõ được ý nghĩa này.

Thiện với thiện cảm ứng nhau, ác với ác cảm ứng nhau. Quý vị đồng tu học Phật chúng ta, mỗi ngày đều đọc kinh, mỗi ngày đều niệm Phật, tuyệt đối không đến những nơi vũ trường ca múa, không đến những nơi cờ bạc ăn thua. Quý vị đến những nơi ấy mà tìm, dù một người cũng không tìm thấy. Đó là vì không đồng loại, những người ở đó với chúng ta không cùng một loại. Chúng ta hiểu rõ được ý nghĩa này.

Vì thế, thề thốt [cầu thần chứng giám] là hủy nhục các vị thần chân chánh, là nịnh bợ gắn bó với yêu ma quỷ quái. Quý vị ngẫm nghĩ xem, ý nghĩa có phải vậy không? Sự thật có phải vậy không? Hậu quả của việc này, tôi không nói thì mọi người cũng đều hiểu rõ. Cho nên, chúng ta đọc kỹ *Cảm ứng thiên*, đọc thuộc *Cảm ứng thiên* rồi thì đối với đủ mọi hiện tượng trong xã hội ngày nay, quý vị nhìn qua liền biết rõ, là lành hay dữ, là họa hay phúc, quý vị có thể nhìn thấy rất sáng tỏ, rất rõ ràng. Làm sao có thể gặp lành tránh dữ quý vị cũng biết được. Về mặt phương pháp hay lý luận cũng đều biết được rõ ràng.

Chúng ta học Phật, đặc biệt là Đại sư Ấn Quang trong suốt một đời đề xướng các sách *Liễu Phàm tứ huấn, Cảm ứng thiên.* Dụng ý của ngài chính là để cứu vãn kiếp nạn sắp tới hiện nay. Chúng ta hiện đang gặp phải tai nạn lớn lao từ trước đến nay chưa từng có. Tai nạn này đang hiển bày hết sức rõ ràng, người bình thường cũng đều có thể nhận biết rõ.

Chúng ta phải nắm giữ lấy cơ hội, có cơ hội được một ngày thì nỗ lực làm một ngày, chân thành niệm Phật cầu sinh Tịnh độ. Tuyệt đối không thuận theo chúng sinh làm việc xấu ác, nhất định phải thuận theo lời răn dạy của chư Phật, Bồ Tát, từ trong tâm mình mà sửa đổi. Đặc biệt là những người học Phật, mà trong những người học Phật thì đặc biệt là những người xuất gia.

Phải sửa đổi từ đâu? Không suy nghĩ vì riêng bản thân mình, hết thảy đều phải vì chúng sinh đang khổ nạn mà cống hiến một chút tâm lực của mình. Đúng như lời người xưa đã nói: *"Biết là điều không thể làm nhưng vẫn làm."* Đó chính là tâm niệm từ bi.

Tôi đã lớn tuổi như thế này rồi, vì sao mỗi ngày vẫn ở nơi đây giảng kinh thuyết pháp, vẫn nhận lời mời thỉnh các nơi, vẫn nhọc sức bôn ba, quý vị có thể nhận hiểu được không? Đó là không vì bản thân mình. Chỉ vì chúng sinh, vì Phật pháp. Nếu vì riêng bản thân mình, tôi đã rất nhiều lần nói với các vị đồng học, tôi vẫn mong sớm có một ngày có thể ẩn cư, lánh xa đô hội, tìm một ngôi làng nhỏ sống ẩn cư. Quý vị nói xem, ung dung tự tại biết bao. Đọc sách, tụng kinh, niệm Phật.

Cơ hội như thế tôi đã có, tôi có thể làm được, có thể an hưởng những năm tuổi già. Vì sao vẫn phải khó nhọc bôn ba như thế này? Đó là vì thế gian này không có người giảng kinh thuyết pháp. Nếu có người giảng kinh thuyết pháp, tôi quyết định không phải làm việc này. Tôi hy vọng các vị đồng học bên này được bồi dưỡng, huấn luyện, có thể hết lòng hết sức nỗ lực học tập qua mấy năm, tôi có thể đem việc này giao phó lại, tôi không phải lên giảng đường nữa, đã có người tiếp nối thay thế.

Bản thân tôi tiếp nối thay thế Lão cư sĩ Lý Bỉnh Nam. Thầy một đời giảng kinh thuyết pháp, 97 tuổi vãng sinh. Trong hai tuần trước lúc vãng sinh vẫn lên giảng đường giảng kinh. Thầy đã nêu tấm gương sáng cho chúng ta noi theo, làm khuôn mẫu cho chúng ta, hoàn toàn không cầu sự an lạc cho bản thân, xả thân vì người khác.

Chúng ta học theo chư Phật, Bồ Tát, nơi chúng ta đến trong tương lai là thế giới Tây phương Cực Lạc, con đường phía trước sáng tỏ rõ ràng. Trong đời này nhẫn chịu một chút khó nhọc nào có đáng gì đâu!

Bài giảng thứ 173

(Giảng ngày 15 tháng 3 năm 2000 tại Tịnh Tông Học Hội Singapore, file thứ 174, số hồ sơ: 19-012-0174)

Thưa quý vị đồng học, cùng tất cả mọi người.

Xin mời mở sách *Cảm ứng thiên*, đoạn thứ 104, chỉ có một câu: *"Thị tửu bội loạn."* (Nghiện rượu gây náo loạn.)

Trong Phật pháp, rượu được liệt vào giới cấm nghiêm trọng, tuy không phải là nghiêm trọng nhất. Chúng ta xem trong giới luật tỳ-kheo, tỳ-kheo ni, bốn giới nghiêm trọng nhất là *"sát, đạo, dâm, vọng"* (giết người, trộm cướp, dâm dục, vọng xưng chứng thánh).[1] Thế nhưng, trừ ra bốn trọng giới này thì giới cấm uống rượu là nghiêm trọng nhất trong các giới còn lại. Cho nên, trong năm giới [của người cư sĩ tại gia] thì cuối cùng là giới cấm uống rượu.

Đức Thế Tôn vì sao xem giới này là nghiêm trọng đến thế? Nói thật ra, trong giới luật nhà Phật, *"sát, đạo, dâm, vọng"* là thuộc về *"tính tội"* (tội thuộc về bản tính), tự nó là có tội, bất kể quý vị có thọ giới hay không, nếu đã phạm vào những điều này thì bản thân đều có tội. Riêng về giới uống

---

[1] *"Sát, đạo, dâm, vọng"* là bốn cấm giới phổ quát cho bốn chúng đệ tử Phật. Tuy nhiên, phạm vi các giới này có khác nhau đối với từng đối tượng, từng trường hợp. Ví dụ, đối với người cư sĩ tại gia thì giới dâm có nghĩa là không tà dâm, không hành dâm với người không phải vợ hoặc chồng mình, còn đối với người xuất gia thì giới này có nghĩa là dứt trừ hoàn toàn việc hành dâm. Tương tự, giới "sát" trong năm giới của người cư sĩ là không giết hại sinh mạng muôn loài nói chung, nhưng khi xếp vào bốn trọng giới (tứ ba-la-di) của người xuất gia thì giới này được hiểu là phạm tội giết người, bởi mức độ nghiêm trọng của giới là dẫn đến trục xuất khỏi Tăng đoàn. Cũng vậy, giới "vọng" trong năm giới của cư sĩ có nghĩa là không nói dối, nhưng khi xếp vào bốn trọng giới thì phạm vi quy định là "vọng xưng chứng thánh", tức là nói dối về sự tu chứng không thật có của mình.

rượu, nếu như quý vị chưa thọ giới này thì không có tội. Cho nên giới uống rượu thuộc về *"già tội"* (tội cần ngăn chặn), so với bốn tội trước đó là khác biệt.

Đức Thế Tôn xem giới này là nghiêm trọng như vậy, bởi vì thông thường kẻ phạm vào bốn trọng giới thì trước đó đã phạm giới uống rượu, do rượu làm rối loạn tâm tánh. Người ưa thích uống rượu, khi đã uống say rồi thì trí tuệ không thể làm chủ được nữa, từ đó mới phạm vào những tội *"sát, đạo, dâm, vọng"*. Do vậy, giới không uống rượu trong nhà Phật là để ngăn chặn trước, để quý vị không phạm vào những trọng tội *"sát, đạo, dâm, vọng"*. Đây là một nguyên nhân, chúng ta cần hiểu rõ.

Cho nên, vị tỳ-kheo thanh tịnh dù một giọt rượu cũng không thấm môi. Vì thế, trong giới luật thì việc tạo duyên của rượu là lớn lao nhất, sâu rộng nhất. Đức Thế Tôn dạy người tu học luôn hợp tình, hợp lý, hợp chánh pháp, cũng phù hợp với tình người. Có nhiều phương thuốc trị bệnh cần phải dùng đến rượu để điều chế. Đó không phải là phạm giới, đó là rượu thuốc. Trong một số món ăn, [rượu] được dùng chung với các nguyên liệu khác, điều này cũng không phạm giới, đó là rượu dùng làm nguyên liệu. Nói chung, quý vị phải suy xét, những trường hợp đó rượu không làm quý vị say sưa, không làm cho quý vị mê hoặc.

Còn có trường hợp thân thể yếu ớt, máu huyết tuần hoàn không tốt, đặc biệt là với những người tuổi già, từ bảy mươi tuổi trở lên, tuổi tác đã cao, bao gồm cả những người xuất gia, thân thể không được khỏe, máu huyết tuần hoàn không tốt, đức Thế Tôn có linh hoạt cho phép tùy duyên, quý vị có thể uống một chút rượu để hỗ trợ cho sự tuần hoàn máu huyết. Cho nên, [người xuất gia] trên bảy mươi tuổi thì có thể mặc y phục bằng da thú, lông thú. Nhưng nếu trên bảy mươi tuổi mà thân thể khỏe mạnh, cường tráng thì không cần thiết phải như vậy.

Do đó, hết thảy những sự châm chước đều tùy theo tình huống của bản thân mình mà quyết định, không thể nói cứ đến bảy mươi tuổi là xong, [có thể phạm giới], như vậy là sai lầm. Ví như nữ cư sĩ Hứa Triết một trăm lẻ một tuổi cũng không thể châm chước. Vì sao vậy? Vì thân thể bà rất khỏe mạnh. Bà không thể [dùng rượu]. Thậm chí cũng có người mới năm, sáu mươi tuổi nhưng thân thể không được khỏe, họ có thể dùng rượu. Cho nên, vấn đề này là linh hoạt sống động, không phải cứng nhắc cố định. Mỗi một điều giới luật đều có *"khai, già, trì, phạm"*, nhất định phải hiểu rõ, sau đó mới có thể hiểu được đức Phật chế định giới luật quả thật với tâm chân thật từ bi, với trí tuệ chân thật, tất cả đều nhằm hỗ trợ chúng ta, thành tựu cho chúng ta [trong sự tu tập]. Đức Phật luôn chú trọng đến sự khỏe khoắn của thân tâm chúng ta, hỗ trợ chúng ta dứt trừ phiền não, khai mở trí tuệ, thành tựu đạo nghiệp, sự quan tâm có thể nói là không bỏ sót bất cứ điều nhỏ nhặt nào. Điều này chúng ta phải hiểu rõ. Hiểu rõ được rồi mới sinh tâm cung kính, mới sinh lòng biết ơn, luôn tuân thủ theo lời răn dạy của Phật.

Cho nên, uống rượu đến mức thành nghiện rượu, ưa thích rượu như tính mạng mình, người như vậy không thể tu hành. Không chỉ là không thành tựu được pháp xuất thế, cho đến việc thế gian cũng không thể thành tựu. Điều này chúng ta phải hiểu rõ, phải thấu hiểu được ý nghĩa sâu xa.

Mời quý vị xem tiếp đoạn thứ 105, có ba câu: *"Cốt nhục phẫn tranh. Nam bất trung lương. Nữ bất nhu thuận."* (Ruột thịt nóng giận tranh chấp nhau. Nam giới không trung lương. Nữ giới không nhu thuận.) Đoạn này nói về vấn đề luân lý.

Gia đình là nền tảng của xã hội, của đất nước. Ý nghĩa này hiện nay rất ít người hiểu được. Gia đình ta không hòa thuận, không thể xem đó chỉ là việc riêng của gia đình mình, không liên quan đến mọi người. Cách nghĩ, cách nhìn như vậy là hoàn toàn sai lầm. Gia đình không hòa thuận thì xã hội không ổn định, hòa bình thế giới cũng không có. Cho nên gia đình là nền tảng của xã hội, của đất nước, của cả thế giới.

Quan niệm của người đời hiện nay đối với gia đình hoàn toàn hủy hoại. Chúng ta xem lại lễ nghi xưa kia của Trung quốc, có thể thấy việc tổ chức hôn lễ, lễ nghi kết hôn của đôi bên nam nữ, vì sao lại long trọng đến mức như thế? Vì sao lại phức tạp đến thế? Người xưa vì sao phải làm như vậy? Vì người xưa hiểu được rằng đó là nền tảng của sự ổn định xã hội, của hòa bình thế giới, không thể không long trọng, không thể không cẩn thận.

Cho nên vào thời xưa, quý vị đọc lịch sử, quý vị xem những loại bút ký, tiểu thuyết của người xưa, thấy việc ly hôn vào thời xưa rất hiếm khi nghe nói đến. Thuở nhỏ tôi sống ở vùng nông thôn, trước đây bảy mươi năm, trong xã hội hoàn toàn không nghe nói đến chuyện ly hôn.

Ly hôn tạo thành hiện tượng gì? Là thế giới đại loạn. Quý vị có gánh vác được nhân quả của sự việc như vậy hay không? Quý vị không hề nghĩ đến tính chất nghiêm trọng của vấn đề. Hai người ly hôn với nhau rồi, nếu có con cái, những đứa con đó trở thành sống trong gia đình đơn thân, hoặc không có tình thương của cha, hoặc thiếu thốn tình thương của mẹ. Tính tình của chúng do đó sẽ thay đổi, nhân tố gây ra sự hỗn loạn từ chỗ này bắt đầu được gieo cấy. Có ai nghĩ được đến hậu quả nghiêm trọng của vấn đề như thế hay không? Chư Phật, Bồ Tát đều biết. Các bậc thánh nhân đều biết. Thánh nhân là những vị đã hiểu biết sáng tỏ. Những vị đối với lý sự nhân quả trong vũ trụ nhân sinh đã thấu triệt cũng biết rõ. Đây gọi là: *"Nhổ một sợi tóc động đến toàn thân."*

Gia đình [trong xã hội] rất giống như một tế bào trên thân thể ta. Tế bào ấy hư hoại liền ảnh hưởng đến toàn thân.

Không phải là chuyện riêng của một cá nhân, không phải chuyện riêng của một gia đình. Người xưa xem việc này hết sức quan trọng.

Việc giáo dục bắt đầu từ đâu? Bắt đầu từ việc dạy cho quý vị hiểu biết được mối quan hệ giữa người và người. Điều này có tương quan đến nhiều việc, quan hệ giữa người với người, quan hệ giữa con người với môi trường tự nhiên, quan hệ giữa con người với trời đất quỷ thần, đều là một mối quan hệ, một quan hệ chỉnh thể. Giáo dục của nhà Nho, của nhà Phật, của Đạo giáo, đều không ra ngoài lẽ này. Nền giáo dục hiện tại không phải vậy, tổng thể băng hoại cả rồi, cho nên xã hội động loạn, thế giới không an ổn. Mặc dù khoa học kỹ thuật phát triển, chúng ta thụ dụng được nhiều phương tiện vật chất hơn, thế nhưng cái được đó không bù lại với tổn thất lớn hơn, nhiều hơn, không cách gì tưởng tượng nổi.

Con người thông thường đối với những kẻ không biết làm người, thực sự như vậy, nếu gọi họ là "vong ơn bội nghĩa" thì đó là đã đề cao họ. Vì sao vậy? Vì dù sao họ vẫn còn biết được có chuyện ơn nghĩa. Đối với người đời hiện nay, bốn chữ "vong ơn bội nghĩa" còn không nói đến, vì họ không biết được thế nào là ơn, không biết được thế nào là nghĩa. Hoàn toàn không có ơn nghĩa, còn nói gì đến chuyện "vong ơn bội nghĩa"?

Chúng ta không may sinh vào thời đại này, thời đại này là thời đại đại loạn. Người đời sau khi ghi chép lịch sử phải gọi là "thời đại đen tối". Từ xưa đến nay chưa từng có tình trạng giống như thế này. Thế nào gọi là đen tối? Không có giáo dục, con người không có trí tuệ, đó gọi là tối tăm, ngu si. [Thời đại] sáng suốt nghĩa là con người có trí tuệ, con người hiểu biết sự việc, con người thấu rõ lý lẽ.

Đoạn này trong phần chú giải mở đầu nêu ra một trường hợp minh họa, rất hay. Đây là chuyện về người rất nổi tiếng trong lịch sử Trung quốc, Trương Công Nghệ, sống vào đời Đường. Gia đình ông này chín đời cùng chung sống, chỉ nhờ vào một chữ "nhẫn".[1] Nhẫn là đức lớn.

Trong kinh Kim cang Bát-nhã, đức Phật dạy chúng ta: *"Hết thảy các pháp được thành tựu từ đức nhẫn."* Nhẫn là đức lớn. Trong hết thảy các đức hạnh thì nhẫn đứng đầu, có thể thành tựu hết thảy các thiện pháp, có thể ngăn chặn hết thảy các pháp xấu ác. Ngăn chặn tức là chặn đứng, dừng lại. Đức Phật dạy chư Bồ Tát sáu pháp ba-la-mật, nhẫn là trung tâm điểm. Nếu không có nhẫn nhục thì những sự tinh tấn, thiền định, trí tuệ bát-nhã của quý vị, hết thảy đều không có. Quý vị xem, tinh tấn, thiền định, bát-nhã đều từ trong nhẫn nhục ba-la-mật sinh khởi. Quý vị có thể bố thí, quý vị có thể trì giới, nhưng không thể nhẫn nhục thì chỗ tu hành của quý vị chỉ là phước báo hữu lậu trong ba cõi.

Do đó có thể biết, nhẫn nhục là quan trọng thiết yếu. Trong một bộ kinh Kim Cang, đức Phật dạy sáu pháp ba-la-mật của hàng Bồ Tát, riêng hai pháp bố thí và nhẫn nhục được nói đến nhiều nhất. Chúng ta phải hiểu rõ được ý nghĩa sự thuyết pháp của Phật.

["Ruột thịt nóng giận tranh chấp nhau."] Không chỉ là ruột thịt, trong quan hệ cha con, anh em, các bậc thánh nhân thế gian cũng như xuất thế gian đều dạy chúng ta: cha lành, con hiếu, anh thuận, em kính, mở rộng ra đến hết thảy thân thích, bằng hữu, tuyệt đối không nên tranh chấp nhau. Tranh nhau là nghiệp tội.

---

[1] Trương Công Nghệ là người ở Thọ Trương, nay là Lương Sơn, thuộc Sơn Đông, sống vào khoảng thế kỷ 6 đến thế kỷ 7. Gia đình ông chín thế hệ cùng chung sống trong một nhà. Các triều đại Bắc Tề, Tùy, Đường đều có biểu chương khen ngợi. Năm 665, vua Đường Cao Tông đi ngang vùng Thọ Trương có đến thăm nhà ông, hỏi ông nhờ đâu cả nhà chín thế hệ có thể sống chung hòa hợp như vậy. Ông lấy giấy bút viết hơn trăm chữ "nhẫn" dâng lên vua. Đường Cao Tông hết sức tán đồng, ban thưởng khen ngợi.

Xã hội hiện tại không nói chuyện nhẫn nhịn, nhún nhường, chỉ có tranh nhau. Trẻ con từ nhỏ đã được dạy phải cạnh tranh, như vậy sao có thể được? Cho nên thanh thiếu niên hiện nay tranh chấp với cha mẹ, tranh chấp với anh em không cần phải nói nữa, cho đến ở trường học tranh nhau với thầy. Tương lai những trẻ ấy lớn lên bước ra xã hội, chúng chỉ có duy nhất một quan niệm là cạnh tranh. Người người đều tranh nhau, ngày tận thế đã đến. Như Mạnh tử nói: *"Người trên kẻ dưới tranh nhau điều lợi, đất nước nguy rồi."* Đất nước như vậy không còn biện pháp gì nữa. Ngày nay, toàn thế giới đều cạnh tranh, không một cá nhân nào không tranh nhau.

Phật pháp là nói về nhân quả. Trong thế giới chúng ta ngày nay, con người đang gieo nhân gì? Chúng ta quan sát họ, họ suy nghĩ những điều gì, họ nói ra những điều gì, họ làm những điều gì, đó là nhân. Từ nơi tâm ý và hành vi của họ, chúng ta biết được sẽ có quả báo như thế nào. Gieo nhân lành nhất định sẽ được quả lành. Trong các điều thiện, điều thiện lớn nhất là nhẫn nhục, nhường nhịn. Trong các điều ác, điều ác lớn nhất là cạnh tranh. Con người khắp nơi đều nói chuyện cạnh tranh, đều nghĩ việc cạnh tranh, không từ bất kỳ thủ đoạn nào để cạnh tranh. Thế giới này như vậy còn có tương lai sao? Cạnh tranh cho đến mức sau cùng là cùng nhau hủy diệt, đó chính là ngày tận thế.

Cho nên có người nói, Thế chiến thứ ba sẽ là cuộc chiến tranh cuối cùng của địa cầu, gọi là chiến tranh chung kết. Sau cuộc chiến tranh này sẽ không còn chiến tranh nào nữa. Vì sao vậy? Vì con người đều chết sạch hết rồi, còn chiến tranh gì nữa. Quý vị xem, nhà tiên tri người Pháp là Nostradamus nói rằng sau cuộc chiến tranh này vẫn còn lại một số người. Cách nói của ông là mơ hồ không xác định, không hề nói rõ ràng. Ông nói [số người còn lại] là *"một số bảy lớn"*. Có người cho đó có thể là còn lại dưới 70 triệu người, hoặc tối đa chỉ còn lại dưới 700.000 người, đó là con số lớn nhất. Cũng có khả năng con số đó là 70 triệu người, mà cũng có khả năng chỉ là 7 triệu người...

Chúng ta phải giác ngộ, phải hết lòng hết sức học tập, không trái với lời răn dạy của các bậc hiền thánh xưa.

[*"Nam giới không trung lương. Nữ giới không nhu thuận."*] Thế nào là trung? Thế nào là lương? Thế nào là nhu? Thế nào là thuận?

Quý vị có thể y theo lời dạy vâng làm thì bản thân quý vị nhất định có chỗ tốt đẹp. Ví như tai nạn có xảy đến, quyết định cũng không tham sống sợ chết, biết rằng mình đã có nơi rất tốt đẹp để đi đến. Chư Phật, Bồ Tát không lừa dối chúng ta. Thái thượng Lão quân cũng không lừa dối chúng ta. Chúng ta y theo lời dạy vâng làm, quyết định được lợi ích.

Ý nghĩa một đoạn này không thể nào giảng nói hết được. Ngày mai chúng ta sẽ giảng tiếp.

Bài giảng thứ 174

(Giảng ngày 16 tháng 3 năm 2000 tại Tịnh Tông Học Hội Singapore, file thứ 175, số hồ sơ: 19-012-0175)

Thưa quý vị đồng học, cùng tất cả mọi người.

Xin mời mở sách *Cảm ứng thiên*, đoạn thứ 105: *"Cốt nhục phẫn tranh. Nam bất trung lương. Nữ bất nhu thuận."* (Ruột thịt nóng giận tranh chấp nhau. Nam giới không trung lương. Nữ giới không nhu thuận.) Hôm qua chúng ta cũng đã xem qua một câu [trong ba câu này] rồi.

Chúng ta xem đến 12 chữ [trong ba câu] này, lại nghĩ đến hoàn cảnh sống hiện nay của chúng ta, vì sao có quá nhiều tai nạn đến thế. Nguyên nhân căn bản đã được nói ra quá rõ ràng trong 12 chữ này rồi. Nếu chúng ta không thể chuyển biến sửa đổi tâm ý và hành vi của mình, những khổ nạn của chúng ta chắc chắn sẽ càng tăng thêm, quyết định không có ngày thay đổi.

Cũng có quý đồng học hỏi rằng: *"Tôi có thể sửa đổi, nhưng nếu người khác không sửa đổi thì liệu có ích gì?"* Cách suy nghĩ như thế là hoàn toàn không giác ngộ, cũng không phải người thông minh. Quý vị suy ngẫm xem, mọi người đều tranh nhau đi vào hai đường địa ngục, ngạ quỷ. Mọi người đi vào đó, mình cũng chỉ biết đi theo vào, vậy chẳng phải là người ngu hay sao? Mọi người đều hướng vào trong địa ngục, riêng ta có thể giác ngộ, quay đầu hướng theo đạo Bồ Tát, như vậy thật may mắn biết bao! Cho nên chúng ta ngày nay, bất kể là người khác có thể sửa lỗi hay không, chúng ta phải từ nơi bản thân mình bắt đầu sửa lỗi. Bản thân chúng ta có thể sửa lỗi, triệt để sửa lỗi, trong Phật pháp gọi đó là tự độ, độ tha.

Không nên cho rằng mình với người khác chẳng có quan hệ gì. Có quan hệ rất lớn! Chúng ta mỗi ngày đều đọc bài kệ hồi hướng: *"Nếu có người thấy nghe, ắt phát tâm Bồ-đề."* Ví như có, có người thấy, có người nghe [được giáo pháp], trong số những người thấy nghe đó, nói chung có được một, hai người sau khi thấy nghe rồi liền phát tâm Bồ-đề. Phát tâm Bồ-đề liền sửa lỗi, tự làm thanh tịnh bản thân mình. Như vậy đối với xã hội liền phát sinh ảnh hưởng [tích cực].

Đặc biệt chúng ta mắt phàm không nhìn thấy được quỷ thần trong trời đất. Quỷ thần nhìn thấy cũng ngợi khen, ác thần nhìn thấy cũng ngợi khen, quý vị khó mà biết được. Cho nên ngày nay điều khẩn thiết nhất là phải phân biệt sáng tỏ những điều đúng sai, phải trái, chấm dứt sự tranh luận. Điều này chính là tùy bệnh cho thuốc đối với xã hội hiện nay của chúng ta.

Hôm nay cư sĩ Lý Mộc Nguyên đưa cho tôi xem một quyển sách nhỏ, tựa đề là Sư Tử Hống, trong đó có nhiều chương, tất cả đều phê bình gay gắt bản Hội tập [kinh Vô Lượng Thọ] của Lão cư sĩ Hạ Liên Cư. Quyển sách này, tôi nghe nói đã gửi đến cho nhiều tạp chí để yêu cầu đăng tải. Cũng có tạp chí ở đây đăng tải rồi, còn chê trách việc tôi tuyên dương khen ngợi bản Hội tập này. Tôi tuyên dương bản Hội tập này cũng có điểm tốt. Tôi tôn kính thầy, trọng đạo pháp. Thầy tôi dạy tôi học bản Hội tập này, dạy tôi tuyên dương bản Hội tập này. Tôi đối với thầy có lòng tin, ví như tôi có làm sai, đọa vào địa ngục, điều này cũng có thể trở thành tấm gương cho mọi người nhìn vào, nhưng trọn đời này tôi quyết không trái nghịch với thầy. Phẩm hạnh và hành trạng của thầy tôi, tôi nhìn thấy vô cùng kính phục, tôi bội phục đến mức quỳ lạy sát đất. Phẩm hạnh và hành vi của thầy trong suốt một đời, bất luận là về văn chương, đạo đức, về sự tu trì, về sự hoằng pháp, hộ pháp, rất nhiều người xuất gia cũng không sánh kịp. Cho nên, ngày nay cho dù mọi người đều chỉ trích tôi,

tôi cũng không thể thay đổi. Nếu như tôi thay đổi, đó là tôi phản thầy nghịch đạo, như vậy là sai lầm. Quý vị có thể phê bình, quý vị có thể hủy nhục tôi, phỉ báng tôi, tôi cũng không thể thay đổi. Bởi vì quý vị không phải học trò của thầy, còn tôi là học trò của thầy. Con không nói lỗi cha, học trò không thể nói lỗi của thầy mình. Tôi có thể nêu gương được chuyện này, tôi cho rằng như vậy cũng đã đủ rồi. Ví như có đọa vào địa ngục, tôi cũng hoan hỷ, hy vọng là mọi người ở khắp nơi đều biết hiếu với cha mẹ, đều biết tôn kính thầy, chấm dứt sự tranh chấp.

Cho nên, dù người khác đối với tôi thế nào, tôi cũng không nói lại một câu. Người khác đánh tôi, tôi cũng không đánh lại; mắng tôi, tôi cũng không nói lại. Tôi không có học vấn, không có trí tuệ, không có đức hạnh. Những điều này đều do thầy dạy cho tôi, tôi một đời này vâng làm theo, quyết không trái nghịch.

Nhẫn nhục nhún nhường là quan trọng thiết yếu. Trong một việc này, lý với sự về nhân quả sâu rộng vô cùng, chúng ta có thể nhìn thấy rõ ràng chăng? Trong kinh Phật dạy ta rằng, Phật không thuyết một pháp nào cố định. Những pháp Phật thuyết đều theo một một nguyên tắc là để trị bệnh chúng sinh. Tùy theo chúng sinh có bệnh gì, cần phải dùng phương pháp gì để đối trị. Bệnh của chúng sinh trong mỗi thời đại đều không giống nhau. Các bậc tổ sư đại đức truyền nối đời này sang đời khác, các ngài đều có trí tuệ, các ngài rõ biết trạng huống trong hiện tại, làm sao để y cứ theo nguyên tắc Phật đã thuyết dạy, linh hoạt vận dụng phương pháp khéo léo, đó gọi là phương tiện thiện xảo. Nếu không phải như vậy, sao gọi là phương tiện thiện xảo?

Vào đời Tống, cư sĩ Vương Long Thư thực hiện một bản Hội tập [kinh Vô Lượng Thọ], đó là phương tiện thiện xảo. Vào thời đó, sách được lưu hành rất ít, đời Tống vẫn còn phải sao chép bằng tay, chưa có việc in ấn. Một người vào thời ấy, suốt đời hầu như không có khả năng đọc được hết 5 bản [Hán] dịch [kinh Vô Lượng Thọ]. Xem như thân phận của Vương Long Thư, là người có địa vị, giàu có, cũng không cách gì sưu tập đủ, trong 5 bản dịch ông chỉ đọc được 4 bản. Như vậy cũng đã có thể hình dung được là hết sức khó khăn. Ông đã thực hiện bản Hội tập này với tâm ý như thế nào, chúng ta cần phải hiểu được. Cư sĩ Long Thư đứng mà vãng sinh. Nếu ông ấy có tội, làm sao có thể được vãng sinh? Sao ông ấy có thể biết trước ngày giờ? Ông ấy sao có thể được tự tại với sống chết như vậy?

Lão cư sĩ Hoàng Niệm Tổ có nói với tôi, việc tranh luận về các bản Hội tập có được bao năm, là nói từ thời điểm Lão cư sĩ Hạ Liên Cư vãng sinh. Những tranh luận này đại khái kéo dài đến năm 2004 là cùng. Ông còn nói, sau năm Giáp Thân (2004) này, bao nhiêu yêu ma quỷ quái ở thế gian này đều tiêu mất, chánh pháp dần dần được phục hưng.

Thời đại này *"pháp nhược ma cường"* (Chánh pháp yếu ớt, tà ma mạnh mẽ) đệ tử Phật thật hết sức đáng thương, phải nhận chịu hết thảy mọi sự hủy nhục, gánh chịu hết thảy tai nạn, chỉ phải nhờ vào một sự kiên nhẫn không lay động lòng tin, chúng ta đem ngọn đèn Chánh pháp truyền lại cho đời sau.

Bản Hội tập kinh Vô Lượng Thọ này [của Lão cư sĩ Hạ Liên Cư], nói thật ra chúng ta cũng hết sức hoan hỷ. Ngày nay số lượng lưu hành trên toàn thế giới, chúng ta chỉ tính toán sơ lược thôi cũng vào khoảng xấp xỉ 10 triệu bản. Đó là số lượng lưu hành trong 10 năm. Mười triệu bản kinh này lưu hành trên toàn thế giới, tôi nghĩ cho dù ma có thần thông pháp lực lớn đến đâu, nếu muốn hủy diệt hết đi cũng không phải chuyện dễ dàng. Huống chi còn có Tam bảo hộ trì, các vị trời, rồng ủng hộ. Chúng ta có niềm tin như vậy.

Cho nên ngày nay chúng ta ở đời, giảng kinh thuyết pháp, lấy tiêu chí tổng quát là *"Học vi nhân sư, hành vi thế phạm."* (Học để làm thầy người khác, hành động để nêu gương cho đời.) Ý nghĩa của hai câu này cũng là chỗ tâm ý và hành vi của chúng ta hướng đến để nêu gương tốt cho mọi người trong xã hội. Mọi người trong xã hội ngày nay cạnh tranh nhau, cạnh tranh không từ thủ đoạn, chúng ta phải nêu gương như thế nào? Phải nhẫn nhịn nhún nhường, không nghĩ điều xấu ác đã qua, không oán ghét người làm việc ác. Chúng ta phải vận dụng vào thực tế như vậy. Những người hủy báng ta, những người làm nhục ta, những người hãm hại ta, chúng ta đối với họ vẫn tôn kính, quyết định không một mảy may oán hận. Nếu có mảy may oán hận thì chúng ta không phải học trò của đức Thế Tôn. Trong hoàn cảnh thuận lợi không khởi tâm tham ái, trong hoàn cảnh trái nghịch không khởi tâm sân hận, thường duy trì tâm thanh tịnh, bình đẳng, chánh giác của tự thân mình, đem tâm từ bi, chân thành đối đãi với người, tiếp xúc với vật. Đó là lời Phật dạy, chúng ta phải nỗ lực làm theo.

Thế nào là *trung lương*? Thế nào là *nhu thuận*? Chúng ta xem qua chữ *trung* (忠), chữ này cũng thuộc loại chữ hội ý, *tâm* (心) này phải *trung* (中), ở giữa, không được thiên lệch, thiên lệch là tà vạy. Cho nên chữ *trung* với chữ *thành* là cùng một ý nghĩa này. Phải giữ tâm ngay giữa, theo đường ngay nẻo chính. Nhà Phật nói về đệ nhất nghĩa trung đạo, nhà Nho nói về trung dung, không thể có mảy may thiên lệch tà vạy.

Thế nào là thiên lệch tà vạy? Trong hoàn cảnh thuận lợi thì quý vị hoan hỷ, đó là tâm quý vị thiên lệch tà vạy. Trong hoàn cảnh trái nghịch thì quý vị khởi sinh phiền não, sân hận, đó là tâm quý vị thiên lệch tà vạy. Quý vị ở trong những hoàn cảnh ấy có nhận hiểu được thế nào gọi là trung, là khoảng giữa? Chữ *trung* đó theo kinh A-di-đà gọi là *"nhất tâm bất loạn*". Nhất tâm là trung, tâm chia đôi không phải là trung, tâm phân chia là thiên lệch tà vạy. Ai có thể làm được đến mức trung này? Trong kinh Hoa Nghiêm, đó là một tiêu chuẩn, bậc Pháp thân Đại sĩ. Lìa vọng tưởng, phân biệt, chấp trước, tâm của quý vị mới có thể trung. Quý vị còn phân biệt chấp trước thì không thể có trung.

"Lương" là lương thiện. *Trung* vận dụng vào thực tiễn hình tướng là *lương thiện*. Ý nghĩa này chúng ta phải hiểu rõ.

"Nhu thuận", chữ *nhu* là *nhu hòa*. Quý vị xem hiện tại trong thế gian này, nói đến *"nữ cường nhân"* (người nữ mạnh mẽ) thật khó nghe. Cường là cương cường, cứng rắn mạnh mẽ, là người hống hách.

"Thuận" là gì? Là thuận theo đức của tự tánh. Tiêu chuẩn như vậy thì cao quá, phàm phu chúng ta không làm nổi. Chúng ta đem tiêu chuẩn này hạ thấp xuống, là thuận theo những lời răn dạy của các bậc hiền thánh thế gian, xuất thế gian. Như vậy thì chúng ta có thể làm được. Các bậc thánh hiền thế gian cũng như xuất thế gian dưỡng tâm, hành sự đều thuận theo tự tánh, đều là sự lưu xuất hiển lộ đức của tự tánh.

Đặc biệt đức Phật Thích-ca Mâu-ni vì chúng ta thị hiện một sự hiển lộ trọn vẹn đầy đủ đức của tự tánh. Cho nên, các bậc thánh hiền thế gian, xuất thế gian đều đã nêu gương cho chúng ta. Đức Khổng tử vì chúng ta biểu hiện năm đức tánh, chúng ta phải ghi nhớ, phải học tập. Đó là *"ôn, lương, cung, kiệm, nhượng"* (ôn nhu, thiện lương, cung kính, tiết kiệm, nhẫn nhượng). Ôn chính là nhu, ôn nhu, thiện lương, cung kính, tiết kiệm, nhẫn nhượng. Đó là năm đức tánh của đức Khổng tử, chúng ta phải học tập. Hai chữ "nhu thuận" đều nằm trong năm đức tánh này. Cho nên ý nghĩa của từ ngữ chúng ta phải hiểu rõ, phải sáng tỏ.

Đôi bên nam nữ kết thành vợ chồng, không phải chỉ là chuyện của riêng hai người. Đó là sự nghiệp của Bồ Tát, là giáo hóa chúng sinh, là làm khuôn mẫu cho hết thảy các gia đình, cho hết thảy các cặp vợ chồng trong thế gian, là sự việc như vậy. Quý vị hiểu được sự việc này, hết thảy chúng sinh được cứu độ, hết thảy chúng sinh đều lìa khổ được vui. Lợi ích công đức như thế là do vợ chồng Bồ Tát tu hành mà được, các vị ấy là hành đạo Bồ Tát, các vị thị hiện hóa độ chúng sinh, là nêu gương tốt cho cho người thế gian. Đó gọi là người tại gia học Phật. Nếu như không hiểu được ý nghĩa đó, việc học Phật của chúng ta chẳng phải uổng công rồi sao.

Thậm chí tôi còn nghe có một số vị đồng tu học Phật, không học Phật thì không có việc gì, sau khi học Phật rồi thì trong nhà không hòa thuận, ngày ngày cãi cọ ầm ĩ, những người ấy lại còn tự cho mình là tu tập không đến nỗi tệ, tu tập rất tốt, nhưng người trong nhà ấy đều không học Phật, đều phải đọa lạc, tương lai phải đọa vào ba đường ác. Tu tập như vậy là đối với Phật pháp hoàn toàn hiểu sai. Trong kệ khai kinh nói: *"Nguyện hiểu ý nghĩa chân thật của Như Lai"*, quý vị biết là điều đó thật khó biết bao! Ý nghĩa Phật dạy đã bị hiểu sai đi.

Suy ngẫm trong kinh điển giáo pháp Phật thường dạy: *"Bồ Tát ở nơi nào đều khiến cho hết thảy chúng sinh sinh tâm hoan hỷ."* Một vị Bồ Tát học Phật mà ở nhà thì khiến cho người trong nhà ấy đều khởi sinh phiền não, vậy thì vị ấy học gì ở Phật? Thực sự học Phật thì trong nhà có một người học Phật, hết thảy mọi người trong nhà đều hòa hợp vui vẻ, như vậy mới là đúng pháp. Vì sao mọi người trong nhà đều hòa hợp vui vẻ? Vì [áp dụng] sáu pháp hòa kính. Ngày nay chúng ta nhìn xem, gia đình học Phật, tự viện học Phật, đạo trường cư sĩ học Phật, như ở Liên xã, Cư Sĩ Lâm chẳng hạn, chúng ta quan sát thật kỹ, có phải đạo trường nào cũng luôn giữ được hòa khí? Đại chúng trong đạo trường đoàn kết giữ hòa khí, có hòa khí thì nhất định hưng vượng. Trong chuyện làm ăn mưu sinh cũng nói *"hòa khí sinh tài"*, *"một nhà hòa hợp, muôn sự hưng thịnh"*.

Một người chân chính tu học thì tự mình làm khuôn mẫu tốt, tự mình làm điển hình, tự mình nêu gương cho người khác, nhất định có khả năng cảm hóa cả gia đình. Nếu quý vị không tin, quý vị cứ đọc qua một lần trong sách xưa, vua Thuấn vì sao có thể cảm hóa được cả gia đình? Những người trong nhà ấy thật khó cảm hóa nhất, thật không dễ dàng cảm hóa, vậy mà ngài vẫn cảm hóa được. Nguyên nhân là gì? Là nhờ có chân thành, từ bi, trí tuệ. Quý vị chỉ cần có đủ ba điều kiện đó thì không một người nào không cảm hóa được. Nếu không cảm hóa được, đó là trong ba điều kiện này chúng ta có sự khiếm khuyết, chúng ta làm chưa đủ, làm chưa tốt. Nếu như đã làm được ba điều này trọn vẹn đầy đủ thì có người nào mà không cảm hóa được?

Cho nên, chúng ta phải thực sự nỗ lực y theo lời dạy vâng làm, phải làm được. Nam giới phải trung lương, nữ giới phải nhu thuận. Trong việc xử sự, đối đãi với người, tiếp xúc với vật, nhất định phải học đức nhẫn nhục nhún nhường, quyết định không tranh giành.

Bài giảng thứ 175

(Giảng ngày 17 tháng 3 năm 2000 tại Tịnh Tông Học Hội Singapore, file thứ 176, số hồ sơ: 19-012-0176)

Thưa quý vị đồng học, cùng tất cả mọi người.

Xin mời mở sách *Cảm ứng thiên*, đoạn thứ 106, gồm hai câu: *"Bất hòa kỳ thất. Bất kính kỳ phu."* ([Đàn ông] không hòa thuận trong nhà. [Đàn bà] không kính trọng chồng.) Hai câu này nói về đạo vợ chồng.

Vợ chồng là giềng mối căn bản nhất trong đạo làm người. Nền giáo dục của các bậc hiền thánh xưa ở Trung quốc từ mấy ngàn năm qua đều xem vấn đề này là tâm điểm. Những lời răn dạy của Nho giáo, Phật giáo, trên giảng đường tôi vẫn thường nói, những gì chúng ta được răn dạy trong thực tế chỉ có ba điều. Thứ nhất là dạy chúng ta rõ biết sáng tỏ quan hệ giữa người với người, đó là giáo dục luân lý. Thứ hai là dạy chúng ta rõ biết về quan hệ giữa con người với môi trường tự nhiên, cũng là đối diện với thực tế đời sống trong xã hội. Thứ ba là dạy chúng ta rõ biết quan hệ giữa con người với quỷ thần trong trời đất, quan hệ với toàn thể vũ trụ. Những điều này đều hiểu biết sáng tỏ, đó là trí tuệ chân thật, nhà Phật gọi là đại triệt đại ngộ, minh tâm kiến tánh.

Trong tất cả những mối quan hệ đó, trung tâm điểm đích thực là quan hệ vợ chồng. Cho nên, trong giáo dục luân thường đạo lý cho rằng, vợ chồng cùng sống chung một phòng, đó là vòng nhỏ nhất ở giữa. Bao quanh phòng ấy là gia đình. Trong gia đình thì trên có cha mẹ, dưới có con cái, ngang hàng có anh chị em, đó là một gia đình. Bên ngoài gia đình là xã hội, là đất nước. Trong đất nước thì trên hết là người lãnh đạo, có người lãnh đạo và thuộc cấp chịu sự lãnh đạo, ngang hàng thì có bằng hữu bạn bè, bạn đồng học. Như vậy là năm giềng mối trong xã hội.

Nói theo ngôn ngữ hiện đại thì hoàn toàn tự nhiên đó là một nền văn hóa đa nguyên, tuyệt đối không phải văn hóa đơn nhất, đó là đa nguyên. Nếu như trong chỗ tâm điểm không làm tốt được, vợ chồng bất hòa nhau, gia đình đó làm sao hòa thuận? Xã hội sao có thể ổn định? Đất nước sao có thể thái bình? Hết thảy những điều đó đều không thể nói đến.

Cho nên, nguồn gốc của mọi điều lành dữ, họa phúc nằm ở đâu? Chính là trong gia đình, trong buồng the. Hiểu rõ được ý nghĩa này rồi mới hiểu được Trung quốc vào thời xưa nam nữ kết hôn vì sao tổ chức hôn lễ long trọng đến thế, vì sao phức tạp đến thế, không gì khác hơn ngoài việc muốn biểu thị đây là sự kiện quan trọng nhất của đời người. Trong đời này không chỉ có riêng hai người quý vị kết hôn, mà đây là chuyện đại sự của toàn nhân loại. Quý vị suy ngẫm xem, gia đình hưng thịnh hay suy vi, sự an nguy của xã hội, hưng vong của quốc gia, thế giới hòa bình hay động loạn, căn bản đều ở chỗ này. Đó gọi là đại sự.

Chúng ta nhìn lại xã hội ngày nay, ở Trung quốc cũng như các nơi khác, căn bản này không có, đã bị trừ bỏ đi rồi. Nếu muốn cho xã hội không động loạn, điều đó không thể được. Người xưa nói: *"Nhà không ra nhà ắt nước không ra nước."* Gia đình không giống như gia đình, tất nhiên đất nước không còn giống như đất nước. Gia đình phải như thế nào mới giống gia đình? Vợ chồng phải hòa thuận vui vẻ với nhau. Cho nên, thời xưa vợ chồng ví như có chuyện tranh cãi, hoặc có chuyện không vui, họ đều nghĩ đến ảnh hưởng quá lớn lao, ảnh hưởng đối với sự an nguy của toàn xã hội, ảnh hưởng đến họa phúc của hết thảy chúng sinh. Nghĩ như vậy cho đến lúc tâm bình tĩnh, khí ôn hòa, vậy thì chuyện gì cũng có thể nhẫn được, chuyện gì cũng có thể nhường được. Đôi bên đều nhẫn được, đôi bên đều chịu nhường một bước thì gia đình ấy được hòa thuận yên vui.

Hiện tại ý nghĩa này không ai giảng giải, cũng không nghe thấy. Xã hội thời xưa, cách đây một thế kỷ, cha mẹ vẫn còn đem những ý nghĩa này dạy cho con cái, thầy giáo vẫn còn đem những ý nghĩa này dạy cho học trò. Khi tôi còn nhỏ cũng từng nghe được một phần. Thế nhưng với những người kém tôi chừng năm tuổi thì đều không được nghe, đều chưa từng nghe đến. Những người lớn hơn tôi năm tuổi thì được nghe nhiều hơn, có ấn tượng sâu sắc hơn so với tôi. Hàn Quán trưởng của chúng ta lớn hơn tôi năm tuổi, đối với ý nghĩa này bà được nghe nhiều hơn tôi, biết được căn bản làm người, đó là đạo lớn luân thường.

Nền giáo dục Trung quốc cổ đại, có thể nói là mãi cho đến những năm cuối đời Thanh, [sang những năm] Dân quốc mới xao lãng quên đi những chuyện này. Trong khoảng nửa thế kỷ gần đây, không ai nêu trở lại vấn đề này, [mọi người] theo quan điểm xem trọng khoa học kỹ thuật, công thương nghiệp, làm sao để làm giàu, trên dưới tranh nhau điều lợi, như vậy sao có thể được?

Những người ở tầng lớp trên tranh danh đoạt lợi, dân thường bên dưới nhìn thấy bên trên như vậy họ sẽ học theo, bắt chước theo. Cho nên ngày nay con người khắp nơi đều tranh danh trục lợi, thật không ra làm sao! Thế giới này có thể tồn tại được sao? Chúng ta nói rằng, thật không may sinh vào thời đại này, phải chịu hết những sự giày xéo tổn hại. Nhưng cũng có thể nói ta thật may mắn được sinh ra trong thời đại này, có thể hết lòng hết sức vì Chánh pháp mà làm được một chút việc. Rốt cùng có thể làm được nhiều hay ít, không cần phải hỏi, *"chỉ hỏi chuyện cày xới chăm sóc, không hỏi chuyện thu hoạch"*. Thậm chí như các bậc hiền thánh xưa đã nói là: *"Biết việc không thể làm nhưng vẫn cố làm."* Đó là Bồ Tát, đó là đại từ đại bi, đó thực sự là sự nghiệp cứu đời.

Ví như chúng ta ngay trong đời này không thấy được kết quả, quả báo, quả báo của ta sẽ ở vào đời sau, kiếp sau. Đó là một phần cày xới chăm sóc, như Phật dạy là giúp chúng sinh gieo hạt giống Bồ-đề. Hạt giống ấy ở trong a-lại-da thức không thể tiêu mất, sau khi chúng sinh chịu hết khổ nạn rồi, nghiệp chướng tiêu trừ hết rồi, hạt giống căn lành mới phát hiện. Tục ngữ thường nói: *"Gió nước xoay vòng."* Đó là một vòng lớn gió nước. Vòng chuyển biến lớn, người đời thường nói một ngàn năm có một lần chuyển biến. Người Trung quốc nói là ba mươi năm một lần, đó là chuyển biến nhỏ. Thế kỷ này là thế kỷ lớn, đây là chuyển biến lớn. Chúng ta may mắn được thân người, được nghe Phật pháp, lại còn được nghe một phần đạo lý này, quả là điều rất khó được, thật không dễ dàng.

Trong phần chú giải vừa mở đầu đã nói: *"Vợ chồng có hòa thuận thì gia đình mới xương thịnh."* Câu này là chân lý, mãi mãi không thay đổi. Ý nghĩa này đem áp dụng vào bất cứ nơi nào cũng đều chính xác, chuẩn xác. Ví như trong một đoàn thể nhỏ mà người trên kẻ dưới đều có thể hòa hợp vui vẻ, đoàn thể ấy sẽ hưng vượng. Có rất nhiều đạo hữu cùng tham học với chúng ta, từ rất nhiều quốc gia, khu vực trên thế giới, đến Singapore này tham học, nhìn thấy trong đạo trường Cư Sĩ Lâm đông người đến thế, nhưng người trên kẻ dưới đều đoàn kết, hài hòa vui vẻ, không có tranh cãi, không ồn ào ầm ĩ, không có sự chịu đựng, họ hết sức ngưỡng mộ, đều theo thỉnh giáo Lý Hội trưởng. *"Các vị làm sao có thể làm tốt được như thế?"* Điều này thật đáng để chúng ta suy xét sâu xa, đáng để chúng ta phản tỉnh. Có thể thực hiện được một chút thành tích như vậy là nhờ vào hai nhân tố. Người lãnh đạo chuyên tâm việc công, không có lòng riêng. Đây là một nhân tố quan trọng thiết yếu. Nhân tố thứ hai là đạo trường mỗi ngày đều giảng kinh, mọi người đối với những ý nghĩa thâm sâu dù chưa thể hiểu rõ, nhưng với những ý nghĩa sơ cơ, căn bản thì đều hiểu rõ. Hai nhân tố này là hết sức quan trọng thiết yếu.

Người ta khi có lòng riêng tư thì những tật xấu từ đó liền sinh ra, bao nhiêu khuyết điểm cũng sinh ra. Con người không học tập tốt thì chắc chắn suốt ngày từ sớm đến tối khởi sinh vọng tưởng. Mỗi người khởi sinh vọng tưởng không giống nhau, do đó liền có tranh luận, liền có mâu thuẫn, liền có xung đột, làm sao có thể sống chung hòa hợp vui vẻ?

Chúng ta là phàm phu, mỗi ngày đều đọc kinh, nghiên cứu thảo luận, mục đích thấp nhất là xây dựng một nhận thức chung, tiêu trừ đi những vọng tưởng tạp niệm của chúng ta. Dần dần sau khi thâm nhập, tự nhiên liền có thể buông bỏ được vọng tưởng phân biệt bám chấp của bản thân mình, thuận theo lời răn dạy của chư Phật, Bồ Tát. Xây dựng nhận thức chung như vậy thì đoàn thể mới có thể sống chung hòa thuận vui vẻ.

Chúng ta làm như vậy đã đủ chưa? Làm như vậy vẫn là chưa đủ. Nếu so với ở địa phương của những người đến đây thì có chút tốt đẹp hơn, thế nhưng nếu ta so sánh với các bậc đại đức ngày xưa thì thật còn kém rất xa. Danh văn lợi dưỡng, năm món dục trong sáu trần cảnh đều phải triệt để buông bỏ. Chúng ta bốn chúng đồng tu đều phải ghi nhớ, buông xả được rồi thì tương lai sáng tỏ rõ ràng, tâm địa tự nhiên thanh tịnh, thường sinh trí tuệ, không sinh phiền não.

Nếu có một chút tự tư tự lợi, quý vị không cách gì không bị đọa lạc. Đọa lạc vào đâu? Đọa lạc giữa lo âu phiền não. Những điều như vậy che chướng trí tuệ của quý vị, làm chướng ngại phúc đức nhân duyên của quý vị. Trong kinh điển đức Phật thường dạy [như vậy là] căn lành phước đức nhân duyên đều mất hết.

Cho nên một câu [*"Bất hòa kỳ thất"*] này, ý nghĩa lớn lao trong đó, những sự lợi hại, chúng ta phải suy xét sâu xa, phải chú tâm thể hội. Người xưa vợ chồng suốt đời luôn kính trọng lẫn nhau như đối với khách quý. Giáo dục trong gia đình là quan trọng thiết yếu hơn hết. Một đứa trẻ từ khi sinh ra cho đến sáu, bảy tuổi, tiếp nhận sự giáo dục chính là từ cha mẹ. Sự giáo dục này là căn bản. Từ sáu, bảy tuổi trở về sau thì gần gũi thầy dạy. Thầy dạy cũng từ nơi căn bản đã có để hỗ trợ, giúp đỡ cho phát triển lớn mạnh, khai hoa kết quả. Ngày nay cho dù thầy giáo tốt cũng không cách gì giáo dục học sinh, vì sao vậy? Vì không có căn bản. Nền giáo dục của nhà Phật cũng từ trên căn bản đó mà phát triển thêm lên. Không có sự giáo dục tốt đẹp trong gia đình, khi quý vị xuất gia, Phật cũng không dạy được quý vị.

Cho nên, Phật pháp là đạo kính thầy, đạo kính thầy được xây dựng trên căn bản hiếu đạo. Nếu quý vị đọc sách xưa, đọc sách dạy tiểu học của Trung quốc, nhưng không phải tiểu học như ở nhà trường hiện nay. Tiểu học của Trung quốc là nói cách thức giáo dục từ đồng tử, nhi đồng. Giáo dục từ mẫu giáo cũng thuộc về tiểu học, đặc biệt chú trọng luân lý, đức hạnh, ngôn ngữ, biết cách ăn nói. Các bậc cha mẹ, tôn trưởng, mỗi một hành vi cử chỉ, mỗi một lời nói việc làm, đều phải nêu gương tốt cho trẻ con trong nhà. Họ đều có trách nhiệm. Cho nên, trẻ con mỗi ngày nhìn thấy trước mắt, nghe biết bên tai, từ đó được gieo cấy căn bản, suốt đời cũng không thay đổi. Đó gọi là: *"Thiểu thành nhược thiên tính, tập quán thành tự nhiên."* (Tập quen từ nhỏ giống như bẩm tính trời sinh, thói quen lâu ngày thành tự nhiên.) Đó là huân tập từ thuở nhỏ.

Chúng ta hiện nay đến từng này tuổi rồi mới được nghe những lời này. Sau khi nghe có thể tiếp nhận, có thể tin nhận, có thể suy xét, có thể vâng làm theo, điều đó Phật pháp dạy là đã có căn lành phúc đức trong đời quá khứ. Chúng ta một đời này không có người dạy bảo, nhưng trong đời quá khứ có được căn lành này, cho nên sau khi tiếp xúc Phật pháp rồi, nghe được lời răn dạy của Phật rồi, căn lành đó của chúng ta liền phát lộ hiện ra. Căn lành đó không phải trong đời này, là trong quá khứ đã vun bồi, vẫn còn hữu dụng, có thể khởi sinh tác dụng.

Người có căn lành phúc đức sâu dày thì nhờ có căn lành nên nghe rồi liền hiểu rõ được ý nghĩa này, đó là căn lành; phúc đức là sau khi nghe hiểu rồi liền hướng theo, một lòng một dạ vâng làm, áp dụng vào thực tiễn, đó là phúc đức. Chúng ta có thể được nghe Phật pháp, có thể đọc được kinh sách của người xưa, đó là duyên phần. Những kinh sách xưa đó thật vô cùng quan trọng thiết yếu.

Cho nên, con người cần phải đọc sách, phải phấn chấn đọc sách, phải hiểu rõ lý lẽ. Làm thế nào trong thời đại này tự cứu được chính mình, hỗ trợ giúp đỡ người khác, đó là sự nghiệp của Bồ Tát. Chân chánh phát tâm Bồ-đề, thực hành đạo Bồ Tát, phải từ luân lý cơ bản nhất áp dụng vào thực tiễn.

Hôm nay thời gian đã hết, chúng ta giảng đến đây thôi.

Bài giảng thứ 176

(Giảng ngày 18 tháng 3 năm 2000 tại Tịnh Tông Học Hội Singapore, file thứ 177, số hồ sơ: 19-012-0177)

Thưa quý vị đồng học, cùng tất cả mọi người.

Xin mời mở sách *Cảm ứng thiên*, đoạn thứ 107: *"Mỗi háo căng khoa. Thường hành đố kỵ"* (Chỉ thích kiêu ngạo khoe khoang. Thường làm việc ganh ghét đố kỵ.)

Trong phần chú giải trích dẫn lời bậc cổ đức: *"Lão tử nói: Không tự cho mình đúng nên sáng tỏ. Không tự khoe khoang nên thành tựu công nghiệp. Không tự cao nên được lâu dài. Kinh Dịch nói: Đạo của trời làm khuyết chỗ tràn đầy mà bù chỗ khiếm khuyết. Đạo của đất thay đổi chỗ dư thừa đưa đến chỗ thiếu thốn. Quỷ thần làm hại kẻ phô trương mà ban phúc người khiêm nhường. Khiêm nhường cung kính mà sáng tỏ, thấp kém mà không thể vượt qua, đó là chỗ cuối cùng của người quân tử. Vua Đại Vũ không khoe khoang, không kiêu ngạo, chỉ như dân thường chẳng hơn ai, thế nhưng ngồi trên ngôi vua, sắp đặt việc triều chính, ổn định đất đai trong thiên hạ, ghi công muôn đời. Chu công không kiêu căng, không tham lận, khó nhọc khiêm cung với kẻ dưới mà chinh phạt phương đông, trừ phản loạn, giữ yên nhà Chu."*

Đó là trích dẫn sách xưa, dẫn chuyện người xưa để chứng minh. Sau đó đưa ra kết luận: *"Cho nên, những bậc đại thánh đại hiền làm việc gì cũng đều xuất phát từ tâm niệm hết sức e dè cẩn trọng, lo sợ cảnh giác."*

Đoạn này cũng là nói về những khuyết điểm chúng ta thường mắc phải trong cuộc sống thường ngày. Chúng ta tự mình có mắc phải hay không? Không thể nào không có, chỉ là [vi phạm] ở những mức độ khác biệt nhau mà thôi. Nếu có thể thực sự trừ bỏ được khuyết điểm này, đức hạnh của bản thân mình liền có nền tảng căn bản. Nếu trong lòng vẫn còn có sự bất bình, nên biết là đức hạnh của chúng ta không có nền tảng, không có căn bản. Nói cách khác, như vậy thì bất kể là cầu học hay tu đạo cũng đều gặp chướng ngại nghiêm trọng. Nói tóm lại, câu này dạy chúng ta đức khiêm hư, cung kính. Phải từ trong sự khiêm hư cung kính này mới thực sự có thành tựu.

Phần sau có một đoạn nói về sự đố ky: *"Tính đố ky, nam nữ đều có."* Đó là thường tình của con người. Nam giới thấy người khác có công danh thì ganh ghét, thấy người khác giàu có cũng ganh ghét. Người có địa vị gần bằng mình liền khởi tâm ganh ghét, sợ họ sẽ gạt mình xuống. Đối với người có tài hơn mình cũng ganh ghét. Trong phần này có tổng kết, đó đều do tâm lượng quá nhỏ hẹp: *"Do tâm lượng nhỏ nhoi hẹp hòi sai sử."* Chúng ta ngày nay nói là tâm lượng quá hẹp hòi, không thể bao dung người khác. Như vậy đều là do học [Phật] không có nền tảng, học [Phật] mà không có hiệu quả.

Thực sự học vấn có nền tảng căn bản, có hiệu quả, thì như lời Phật dạy, chẳng những không có tâm ganh ghét, không có sự ngạo mạn, giữ lòng khiêm hư, mà còn có thể tu tập tùy hỷ công đức. Nhìn thấy người khác tài ba hơn mình thì chắc chắn có thể nhượng hiền, không có chuyện cạnh tranh. Quý vị có thể làm tốt hơn tôi, tôi phải nhường quý vị. Quyền hạn, địa vị đều nhường cho quý vị. Vì sao vậy? Vì người dân được phúc, xã hội được phúc. Có thể nghĩ đến vì chúng sinh, nghĩ đến vì xã hội, vì muôn dân thì quý vị liền nhún nhường. Ý nghĩa này chúng ta phải hiểu rõ.

Đây là đức lớn, là thành tựu lớn. Vì sao vậy? Sự thành tựu của người khác là thành tựu của chính bản thân mình. Bản thân mình nếu không bằng người khác, giữ lấy quyền lực địa vị ấy không chịu nhường cho người, đó là gây hại cho chúng sinh. Quý vị thử suy ngẫm về nhân quả của việc này, ắt phải đọa vào địa ngục.

Chúng ta có thể nhường cho người khác, người khác làm được tốt hơn ta, thành tựu hơn ta, đó cũng chính là thành tựu của ta vậy. Trong nhà Phật có chuyện Pháp sư Ấn Tông và Lục tổ [Huệ Năng] là một tấm gương điển hình rất tốt. Pháp sư Ấn Tông thuở ấy ở phương Nam, là một bậc cao tăng đại đức đương thời, đồ chúng tin phục ngưỡng mộ ngài không biết đến bao nhiêu. Sau khi gặp được Lục tổ, ngài làm nghi lễ thế độ [xuất gia] cho Lục tổ. Pháp sư Ấn Tông là bậc thầy thế độ cho Lục tổ. Ngài biết đức hạnh, công phu tu trì của Lục tổ Huệ Năng vượt hơn ngài, nên sau khi làm lễ thế độ rồi, ngài quay trở lại tôn Đại sư Huệ Năng làm thầy, nhường lại địa vị hiện tại cho Đại sư Huệ Năng, nhường lại cho Đại sư Huệ Năng việc giáo hóa hết thảy chúng sinh ở phương Nam.

Quý vị suy ngẫm xem, rốt lại thì thành tựu [giáo hóa] đó là của ngài Huệ Năng hay của ngài Ấn Tông? Nói thật ra, nhìn bên ngoài hình thức thì đó là thành tựu [giáo hóa] của Đại sư Huệ Năng, nhưng nhìn sâu vào thực chất thì cũng là thành tựu của Đại sư Ấn Tông. Ngài Ấn Tông không hề thua kém ngài Huệ Năng. Đó là đức lớn, người bình thường làm không nổi. Không phải là người thực sự có đức hạnh thì không làm nổi.

Trong pháp thế gian, chúng ta xem thời xưa có chuyện Quản Trọng và Bảo Thúc Nha.[1] Thành tựu của Quản Trọng kỳ thật là thành tựu của Bảo Thúc Nha, vì ông là người nhượng hiền. Sự thành tựu đó, tự thân mình không phải mất

---

[1] Bảo Thúc Nha là người tiến cử Quản Trọng với Tề Hoàn Công. Mặc dù Tề Hoàn Công tin cậy muốn phong ông chức Tể tướng đầu triều, nhưng ông biết Quản Trọng là người tài giỏi hơn mình nên hết lòng tiến cử và sau đó chịu giữ cương vị thấp hơn Quản Trọng.

công phu, có người khác thay mình làm. Đó gọi là thành tựu chân thật.

Cho nên, Phật dạy chúng ta tu tập *"tùy hỷ công đức"*. Tùy hỷ công đức chính là đối trị với tật xấu kiêu mạn, ganh ghét đố kỵ. Trong xã hội hiện nay của chúng ta, bất luận là trong Phật pháp hay pháp thế gian, hết thảy đều là bám giữ lấy địa vị cho đến lúc chết, không chịu nhường lại. Điều này là hoàn toàn sai lầm.

Khi tôi mới học Phật, lúc vừa ra giảng kinh, trên giảng đường tôi thường nói, từ bốn mươi tuổi trở về trước là giai đoạn chúng ta phải thực sự nỗ lực học tập. Từ bốn mươi đến sáu mươi tuổi nên tu phúc, làm những việc lao dịch phụng sự Tăng đoàn, đó cũng là nói việc đảm nhận công việc trong Tăng đoàn, vì đại chúng phục vụ. Từ sáu mươi tuổi trở về sau nên tu tuệ, phải đem chức vụ của mình nhường lại cho người khác, lo việc đại sự sinh tử của chính mình, hoàn toàn làm việc giảng kinh dạy học mà thôi, hết thảy những công việc hành chánh quản trị phải hoàn toàn buông bỏ hết, để cho tầng lớp lãnh đạo trong tăng đoàn, các nhân viên hành chánh lúc nào cũng toàn là những người trẻ.

Trung quốc vào thời xưa, tuổi về hưu là bảy mươi tuổi. Chúng ta xem trong sách xưa thường thấy nói *"bảy mươi tuổi về nghỉ"*. Thế nhưng đối với người tu hành đạo pháp mà nói thì bảy mươi tuổi là quá muộn, nên nghỉ hưu từ năm sáu mươi tuổi, để hết lòng hết sức lo việc [tu tập] của riêng mình, có thể lo việc truyền đạo, dạy học, giảng kinh, tự mình nỗ lực tu hành, lo nghĩ đến đời sau. Quyết định không thể ở địa vị của mình rồi không nhường cho người khác. Không nhường như vậy, ý niệm như vậy, hành vi như vậy, liền đọa vào ba đường ác.

Tục ngữ thường nói: *"Trước cửa địa ngục nhiều thầy tăng."* Người xuất gia, chúng ta phải suy ngẫm đến, ý nghĩa xuất gia là ở chỗ nào? Là buông bỏ tự tư tự lợi, buông bỏ danh văn lợi dưỡng, buông bỏ tham sân si mạn, đó gọi là xuất gia. Xuất gia rồi còn xây dựng phát triển đạo trường, chúng ta đứng ngoài bình tĩnh quan sát thật là chuyện đáng buồn cười. Quý vị xuất ra khỏi căn nhà nhỏ của mình, kết quả lại xây dựng một căn nhà lớn, quý vị làm sao có thể được giải thoát? Tâm quý vị làm sao được thanh tịnh? Nói cách khác, quý vị làm sao có thể tương ưng với đạo?

Cho nên, trong thời đại hiện nay của chúng ta, không chỉ là không có người chứng quả, cho đến người tu học đúng pháp cũng không có nhiều. Nguyên nhân vì sao? Vì bị gia đình trói buộc. Cho nên xuất ra khỏi nhà, nhưng trong thực tế không hề xuất gia, còn thu nhận thêm một loạt những đệ tử con, đệ tử cháu, so ra còn lớn hơn cả gia đình của người bình thường. Quý vị khi còn tại gia có được mấy người con? Có được mấy người thân thích bằng hữu? Xuất gia chưa được mấy năm thì gia nghiệp càng ngày càng lớn, càng ngày càng lo nghĩ nhiều hơn.

Đạo trường hiện nay so với thời xưa không giống nhau. Đạo trường thời xưa là đạo trường thập phương, chân thật là chọn lọc những người hiền đức, có năng lực. Chúng ta xem quy củ của thời xưa, nhiệm kỳ của vị chấp sự là một năm. Ngày ba mươi tháng chạp [hằng năm], từ vị trụ trì trở xuống các chấp sự của một trăm lẻ tám phần hành trong tự viện đều được chọn lựa bầu mới lại. Cho nên, chế độ bầu cử đã được nhà Phật sử dụng sớm nhất, thực sự là dân chủ.

Sau khi bầu cử rồi, ngày mồng một đầu năm mới bàn giao ngay, nhiệm kỳ là một năm. Không giống như hiện nay, có rất nhiều nơi dường như giữ chức vụ đến suốt đời, như chùa chiền để lại con cháu, [trở thành như] gia nghiệp lớn, sự nghiệp lớn, từ đó mà thành phần xuất gia cũng rất phức tạp. Có rất nhiều người, hỏi vì sao xuất gia? Vì họ thấy quý vị có gia nghiệp rất lớn, sau khi xuất gia, mục đích là mong muốn kế thừa những tài sản ấy, vì vậy mà xuất gia. Nếu như quý vị là một hòa thượng già không có tài sản gì, cho đến căn lều tranh cũng không có, chỉ e là sẽ không có một người nào theo quý vị xuất gia. Vì sao vậy? Vì xuất gia với quý vị phải chịu khổ, chịu khó. Cho nên ngày nay chùa chiền tự viện càng to lớn nguy nga, người theo xuất gia với quý vị càng đông. Quý vị ngẫm nghĩ xem họ vì sao mà đến? Thế nhưng chúng ta không hề nghe thấy có ai đến chất vấn họ: Quý vị vì sao xuất gia?

Chúng ta mỗi ngày đều đọc kinh, mỗi ngày đều niệm Phật, có được một chút giác ngộ, đó không phải là đại triệt đại ngộ, chỉ là một chút giác ngộ nhỏ nhoi, [đủ để] chúng ta tin sâu vào lẽ nhân quả báo ứng, mảy may không sai lệch.

Chúng ta ở đạo trường này, đạo trường này nhờ có sức hộ trì của cư sĩ Lý Mộc Nguyên. Ông ấy thực sự đã buông bỏ việc nhà, hết thảy đều vì Phật pháp, hết thảy đều vì chúng sinh, hết lòng hết sức phục vụ. Điều này kẻ phàm phu không làm nổi. Vì sao không làm nổi? Vì không buông bỏ được danh lợi, không buông bỏ được quyền chức, địa vị, không buông bỏ được sự hưởng thụ năm món dục trong sáu trần cảnh. Hiện nay trước mắt có được một chút danh văn lợi dưỡng, nhưng vấn đề trong tương lai mới lớn lao. Một khi hơi thở này không còn nữa thì sẽ đi về đâu? Họ không hề nghĩ đến. Nếu như đạt mức có thể nghĩ đến điều này, người đó trong Phật pháp có thể nói là bắt đầu giác ngộ, chỗ giác ngộ đầu tiên. Không giác ngộ thì mê muội, vĩnh viễn mê muội, như vậy sao có thể được?

Đời người rất ngắn, trong kinh thường nói: *"Mạng người chỉ trong hơi thở."* Đức Phật khai thị như vậy là giúp chúng ta hết sức đề cao cảnh giác, giúp ta biết trân quý thời gian mỗi giây mỗi phút, như vậy chúng ta mới có thể được cứu độ.

Chuyện gì cần buông bỏ nhất định phải buông bỏ, tự mình nhất định phải suy xét sáng tỏ: *"Sinh không mang đến, chết chẳng mang đi."* Chúng ta vì người khác mà khổ nhọc kinh doanh phát triển, có đáng hay không?

Đức Thế Tôn khi còn tại thế đã vì ta nêu gương, để chúng ta noi theo. Đức Thế Tôn không kiến lập bất kỳ một đạo trường nào. Một đời ngài luôn sống với nhu cầu vật chất tối thiểu, mỗi ngày ăn một lần, mỗi gốc cây chỉ ngủ một đêm.[1] Những người tìm đến gần gũi với ngài, với các đệ tử của ngài, đều thực sự là những người mộ đạo mà đến, tuyệt đối không phải vì tham muốn hưởng thụ mà đến. Những người đi theo đức Phật Thích-ca Mâu-ni đều giống như nhau, đều chỉ có ba tấm y với một bình bát, ngày ăn một bữa, mỗi gốc cây chỉ ngủ một lần, thực sự là vì mộ đạo mà đến. Giảng đường tinh xá đều là do cư sĩ xây dựng. Chúng ta phải từ chỗ này mà thể hội. Vào thời ấy, các vị đệ tử tại gia của đức Thế Tôn đều là quốc vương, đại thần, lễ thỉnh Phật đến giảng kinh thuyết pháp, cúng dường nơi cư trú. Nơi cư trú là của người khác, tự mình không sở hữu, tự mình chỉ chuyên tâm hành đạo. Có người cúng dường, chúng ta có thể tiếp nhận, phải yên tâm hành đạo, chúng ta mới xứng đáng với sự cúng dường của thí chủ. Đạo nghiệp của ta không thể thành tựu, đó là mắc nợ thí chủ, mắc nợ thì tương lai phải hoàn trả.

Cho nên, cư sĩ Giang Vị Nông trong sách *Giảng nghĩa kinh Kim Cang* đề xuất rằng, nếu người xuất gia không thể khôi phục chế độ ôm bát khất thực [như thời đức Phật] thì Chánh pháp muốn trụ lại thế gian phải hết sức khó khăn khổ nạn. Ông ấy đề xuất chế độ ôm bát khất thực. Tôi đọc sách *Giảng nghĩa* của ông thấy cảm động sâu xa. Không có ai đề xướng [như ông].

---

[1] Đức Phật dạy các vị tỳ-kheo chỉ nên ngủ dưới mỗi gốc cây một đêm thôi, vì e rằng ngủ nhiều lần dưới một gốc cây có thể khiến các vị sinh tâm bám luyến vào chỗ ngủ đó.

Những năm trước khi tôi ở Đài Loan, Pháp sư Tẩy Trần từ Hương Cảng đến gặp tôi. Ông là người tinh tường, sáng suốt, có năng lực, tràn đầy sinh lực. Tôi có khích lệ ông, hỏi rằng thầy có chịu dẫn đầu [khất thực] hay không? Nếu thầy dẫn đầu, tôi xin đi theo. Không cần nhiều, chúng ta tìm khoảng năm người thôi, năm vị tỳ-kheo. Hiện nay thì *"mỗi gốc cây ngủ một đêm"*, thể lực chúng ta không chịu được, có thể ngủ trong lều. Tôi thấy có nhiều căn lều được làm rất tinh xảo, cũng rất tốt, lại rất nhẹ nhàng, khéo léo. Một túi nhỏ mang trên lưng, chiều tối dựng lều lên ngủ lại, rất tốt. Tôi nói, tôi ủng hộ việc đi khất thực, nếu thầy dẫn đầu, tôi cùng đi với thầy. Pháp sư nghe rồi gật đầu nói: "Tốt lắm!" Thế nhưng sau khi thầy về lại Hương Cảng rồi thì không còn nghe tin tức gì nữa.

Thực sự có người dẫn đầu làm việc này rất tốt. Đi khất thực không lo việc không có cơm ăn. Tôi tin chắc rằng nếu thực sự phát tâm khất thực, không có người cúng dường, chư Phật Bồ Tát sẽ hóa thân đến cúng dường quý vị. Tôi có lòng tin như vậy. Cho nên, Phật pháp nếu muốn thực sự hưng vượng, thực sự vươn lên thì như lời cư sĩ Giang Vị Nông rất hữu lý. [Người xuất gia] chỉ chú tâm tham cầu hưởng thụ, tham cầu danh lợi, chẳng những không thể làm hưng thịnh giáo pháp, mà còn e là tội lỗi rất khó tránh khỏi.

Người xuất gia học Phật so với người tại gia học Phật không giống nhau. Người tại gia học Phật, vấn đề không lớn lắm. Người xuất gia học Phật thật không dễ dàng, rất gian khổ khó khăn.

Bài giảng thứ 177

(Giảng ngày 19 tháng 3 năm 2000 tại Tịnh Tông Học Hội Singapore, file thứ 178, số hồ sơ: 19-012-0178)

Thưa quý vị đồng học, cùng tất cả mọi người.

Xin mời mở sách *Cảm ứng thiên*, đoạn thứ 108: *"Vô hạnh ư thê tử. Thất lễ ư cữu cô."* ([Đàn ông] đối với vợ con không có đức hạnh, [đàn bà] không giữ lễ với cha mẹ chồng.) Đoạn này đang nói về *"những việc ác trong gia đình"*.

Gia đình là căn bản trong giềng mối của đạo làm người. Trong gia đình phát sinh vấn đề thì xã hội không thể ổn định, thế giới cũng không có hòa bình. Chúng ta ngày nay quan sát thế gian này, đại đa số các gia đình đều có vấn đề. Cho nên, xã hội xáo động không an ổn, tần suất xảy ra thiên tai nhân họa ngày càng tăng thêm, mức độ tai hại ngày càng nặng nề hơn, nguyên nhân đều xuất phát từ chỗ này.

Chúng ta quan sát thật kỹ sẽ thấy, vấn đề ngày càng nghiêm trọng hơn. Chúng ta từ nơi nhân và quả đều có thể thấy biết rõ ràng. Vợ chồng không hòa thuận, điều này phần trước đã giảng nói rất nhiều với quý vị. Trong phần chú giải [đoạn này] nói rất hay: *"Đối với vợ phải ôn hòa mà kính trọng, đối với con cái phải nghiêm khắc mà chính đáng."* Điều này vào thời xưa không chỉ là những lời răn dạy của các bậc hiền thánh, mà chư Phật, Bồ Tát cũng dạy bảo như vậy không khác. Thế nhưng trong xã hội hiện nay không còn nhìn thấy được, tâm ý và hành vi [của con người] hoàn toàn trái nghịch với lời dạy của bậc thánh.

[Chú giải còn nói:] *"Không dùng lễ đối đãi với vợ, ắt phải mất đi ý nghĩa chồng nói vợ nghe theo."* Hiện tại còn ai hiểu lễ? Thế nào gọi là lễ? Lễ bị bỏ mất rồi, đây là một hiện tượng hết sức đáng buồn. Bậc cổ đức dạy người, tiêu chuẩn đức hạnh có năm tầng bậc: *"Đạo, đức, nhân, nghĩa, lễ."* Đạo mất rồi thì còn có đức. Đức mất đi cũng còn có nhân. Nhân có mất cũng còn có nghĩa. Nghĩa mất rồi vẫn còn có lễ. Nếu lễ cũng mất đi thì thiên hạ đại loạn.

Ngày nay chúng ta thấy hiện tượng hỗn loạn của thế gian này, đó là không có lễ. Trong lịch sử Trung quốc, nếu quý vị chú tâm đọc kỹ, từ hơn hai ngàn năm qua, đó là những gì trong lịch sử ghi chép lại, mỗi một chính quyền khi kiến lập, trong vòng năm năm các bậc vua chúa nhất định lo việc thiết chế lễ nhạc. Lễ là tiêu chuẩn hành vi sinh hoạt của mỗi cá nhân [trong xã hội], mọi người đều phải hiểu rõ, đều phải tuân thủ. Đó là khuôn khổ pháp luật. Nhạc là sự điều hòa tâm tính. Con người là phàm phu, ai ai cũng có tình cảm, khi tình cảm không ổn định, phải dùng đến những gì để điều hòa? Chính là âm nhạc. Cho nên, lễ với nhạc đều là sự vận dụng thực tế của giáo dục, so với hiện nay hoàn toàn không giống. Hiện nay [không phải lễ nhạc mà] gọi là *"âm nhạc mua vui"*. Trước đây đủ mọi loại hình nghệ thuật ở Trung quốc như hý kịch, ca múa, âm nhạc, mỹ thuật... hết thảy đều là những công cụ giáo dục. Theo cách nói hiện nay là giáo dục ở nghệ thuật bậc cao. Người đời hiện nay không đọc sách thánh hiền, đối với việc này hoàn toàn không biết, cũng không hiểu được quan hệ của việc này với tổng thể xã hội, thực sự là nhân tố tạo thành những điều lành dữ, họa phúc của hết thảy chúng sinh, nếu muốn thế giới được ổn định hòa bình, nếu muốn muôn dân được hạnh phúc, thật rất khó mà làm được.

Tiếp theo [phần chú giải] nói với quý vị: *"Không dạy đạo cho con ắt tổn thương ơn sinh thành dưỡng dục. Bất nghĩa, không có lòng từ, nói chung đều là không có đức hạnh."* Mấy câu này, chúng ta ngày nay đọc đến, thấy đây chính là mô tả rõ xã hội hiện tiền.

Làm thế nào cứu vãn được xã hội? Làm thế nào tránh né được kiếp nạn? Chúng ta đọc qua sách này mới thực sự thể hội được chỗ dụng tâm của Đại sư Ấn Quang. Những lời răn dạy của Phật-đà nằm phân tán trong các kinh luận, cần phải tụng đọc rất nhiều kinh luận thì quý vị mới có thể nhớ được, lại còn phải hiểu sâu ý nghĩa, sau đó mới có thể y theo lời dạy vâng làm, đó là một điều rất khó khăn. *Cảm ứng thiên* đem những lời răn dạy của cả Nho giáo, Đạo giáo và Phật giáo tập trung cả vào trong một bản văn duy nhất. Nhìn chung đại ý của toàn văn, văn tự không quá nhiều, chưa đến hai ngàn chữ,[1] toàn văn phân thành bảy đoạn lớn. Đoạn thứ nhất là cương lĩnh chung. Đoạn thứ hai là cảnh báo, cảnh cáo chúng ta. Đoạn thứ ba nói về nhân lành, quả lành. Đoạn thứ tư nói về nhân ác, quả ác, là một đoạn văn dài, trong đoạn này tổng cộng lại phân chia ra mười bảy đoạn nhỏ. Phần chúng ta đang xem đây là thuộc đoạn nhỏ thứ mười lăm, nói về những điều ác trong gia đình.

Cảm ứng thiên mô tả rất hay, chỉ có chừng ấy đoạn văn ngắn ngủi mà những lời răn dạy quan trọng thiết yếu của Nho giáo, Đạo giáo, Phật giáo, những luân lý đức hạnh cơ bản, thảy đều có đủ trong đó.

Chúng ta xem tiếp mấy câu sau: *"Ngày nay đối đãi với vợ."* Tánh tình khắc nghiệt, ít ra ơn huệ, đó là hiện tượng xã hội thực dụng ngày nay. *"Đối đãi với con cái"*, mẹ chồng thái quá, hà khắc trách mắng thái quá, hết sức xem khinh. Câu kết luận theo sau rất hay: *"Tự mình thật không có đức hạnh, dựa vào đâu còn chê trách vợ con."* Hai câu này thật vô cùng cảm khái. Tự mình không có đức hạnh, quý vị làm sao có thể dạy dỗ vợ con cho tốt? Cho nên chúng ta đọc đến câu này thì cảm thấy không còn gì đáng buồn đau hơn.

Câu thứ hai: *"Không giữ lễ với cha mẹ chồng."* Phần chú

---

[1] Đây là nói ước chừng. Trong thực tế, toàn bản văn này có 1277 chữ Hán.

giải cũng nói rất hay: *"Phụ sự cữu cô."* (Nàng dâu phụng sự cha mẹ chồng.) Tức là nói người làm vợ phụng sự, đối đãi với cha mẹ chồng của mình như thế nào. Chữ *"cữu"* là cha chồng, chữ *"cô"* là mẹ chồng, là cha mẹ sinh ra chồng mình. Chúng ta ngày nay nhìn thấy mẹ chồng là bất hòa, không cách gì sống chung được. Hầu như trên toàn thế giới, ở bất kỳ ngóc ngách nào chúng ta cũng đều thấy được [hiện tượng này]. Bậc thánh nhân dạy chúng ta rằng: *"Nàng dâu phụng sự cha mẹ bên chồng, cũng giống như con cái phụng sự cha mẹ."* Hiện tại không nói như vậy được. Hiện tại con cái còn không biết hiếu thuận với cha mẹ, nàng dâu làm sao biết hiếu thuận với cha mẹ chồng? Đâu có lý như vậy! Cha con không bao dung được nhau, mẹ và con gái không bao dung được nhau, xã hội ngày nay là như thế. [Quan hệ giữa] người với người hoàn toàn là [mối quan hệ] lợi hại. Lúc có lợi thì đôi bên lợi dụng lẫn nhau, sau khi mất đi lợi ích thì trái lại nhìn nhau như thù địch. Truyền thống luân lý đạo đức mấy ngàn năm qua của Trung quốc ngày nay hư hỏng cả không còn tồn tại. Điều này chính là như người xưa nói: *"Cha không ra cha, con không ra con. Nhà không ra nhà, nước không ra nước."* Đời đại loạn rồi!

Một ngày trước khi vãng sinh, lão cư sĩ Lý Bỉnh Nam nói với học trò: *"Thế giới này hỗn loạn, chư Phật, Bồ Tát, thần tiên xuống trần cũng không cứu nổi."* Chúng ta suy ngẫm lời nói này quả là chân thật, không phải giả dối.

Ai là người có năng lực, có thể giáo hóa hết thảy chúng sinh quay đầu hướng thiện? Chúng sinh không quay đầu, rồi họ sẽ đi về đâu? Điều này ngay trước mắt có thể thấy được, họ sẽ đi vào địa ngục. Họ không thể sinh lên cõi trời, họ sẽ đi vào địa ngục. Chư Phật, Bồ Tát nhìn thấy tình hình như vậy cũng không làm gì được, chỉ có thể chờ đợi. Chờ đợi chúng sinh đọa vào địa ngục, chờ đợi chúng sinh ở trong địa ngục chịu hết khổ não rồi, có một ngày hối lỗi, khi ấy mới có thể trở lại giáo hóa họ. Họ không thể hối lỗi thì chư Phật, Bồ Tát cũng không thể làm gì được.

Chúng ta đời này được sinh làm người, may mắn lớn lao là được nghe Phật pháp, tuy sinh vào đời loạn, từ trong kinh điển giáo pháp vẫn còn hiểu được một chút ý nghĩa. Người khác không làm, mọi người khắp nơi đều không làm, chúng ta biết được sự lợi hại, biết sự được mất, chúng ta phải thực sự nỗ lực làm.

Nếu có thể y theo lời dạy vâng làm, nay tôi đem *Cảm ứng thiên* xếp vào một trong bảy môn giáo trình học tập. Chúng ta học Phật, nhất thiết phải đọc bảy quyển giáo trình này. Trong bảy quyển, có bốn quyển là kinh Phật: *Kinh A-nan vấn sự Phật cát hung, Yếu giải kinh A-di-đà, phẩm Phổ Hiền Bồ Tát hạnh nguyện, kinh Đại thừa Vô Lượng Thọ.* Tổng cộng là bốn bộ kinh. Ngoài ra có ba quyển khác là: *Liễu Phàm tứ huấn, Cảm ứng thiên* và *Tứ thư* của Nho gia.

Tôi mong rằng quý vị đồng học đều đọc thuộc bảy quyển này. Chúng ta trong một đời này quyết định không [tạo nghiệp] đọa vào ba đường ác. Không những là đọc thuộc, hơn nữa còn phải hiểu sâu ý nghĩa, chỉ hiểu cạn cợt thì không được. Phải hiểu được sâu xa, thực sự nỗ lực y theo lời dạy vâng làm. Nếu khối lượng [kinh sách] quá nhiều, năng lực cũng như thời gian của chúng ta đều không đủ. Những sách này là đã giảm thiểu đến mức không còn có thể giảm thêm được nữa. Đó là bảy môn giáo trình, thời khóa. Nếu như vẫn không đủ năng lực thọ trì tất cả, quý vị cũng có thể thọ trì hai quyển cũng tốt. Trong số kinh điển, chọn lấy một quyển như *Di-đà yếu giải, kinh Vô Lượng Thọ, phẩm Hạnh nguyện,* chọn một trong số này đều được. Sau đó thêm vào sách *Cảm ứng thiên.*

Cảm ứng thiên là không thể thiếu. Từ góc độ nhà Phật mà nói, *Cảm ứng thiên* chính là giới luật, là căn bản, nền tảng của sự tu thân, tu tâm. Chúng ta phải hết sức xem trọng sách này. Trước đây khi tôi ở thư viện Hoa Tạng thuộc Đài Bắc, tôi yêu cầu quý vị đồng học dùng sách *Cảm ứng thiên* này vào thời khóa [tụng niệm] buổi tối. Sau khi hoàn tất thời công phu tối thì tụng thêm một lượt *Cảm ứng thiên*, đối chiếu với bản thân mình trong một ngày hôm ấy, tâm ý và hành vi, nếu có [vi phạm vào] liền sửa chữa, nếu không thì càng nỗ lực [giữ gìn] hơn nữa.

Đức Phật dạy chúng ta, các bậc đại thánh đại hiền thế gian và xuất thế gian cũng dạy chúng ta *"chuyển ác làm lành"*. Sách [Cảm ứng thiên] này là các tiêu chuẩn thiện ác. Sách không phải của Phật giáo mà là của Đạo giáo. Giáo dục Phật giáo là nền giáo dục xã hội đa nguyên văn hóa, không phân biệt tôn giáo, không phân biệt chủng tộc, chỉ cần phù hợp với các pháp ấn trong nhà Phật, tức là nói những nguyên lý, nguyên tắc nhà Phật thuyết dạy, thì Phật đều thừa nhận đó là kinh điển của chư Phật Như Lai. Những nguyên tắc của Phật là gì? *"Không làm các việc ác. Thành tựu các hạnh lành. Giữ tâm ý thanh tịnh. Chính lời chư Phật dạy."* Không chỉ một vị Phật, mà tất cả chư Phật trong mười phương ba đời giáo hóa hết thảy chúng sinh thì cương lĩnh chung đều là ba câu này: *"Không làm các việc ác. Thành tựu các hạnh lành. Giữ tâm ý thanh tịnh."*

Chúng ta xem trong Cảm ứng thiên, từng câu từng chữ có phù hợp với các nguyên tắc này hay không? Hoàn toàn phù hợp, phù hợp một cách trọn vẹn đầy đủ. Đó là nhà Phật đã ấn chứng cho sách này, nên đây cũng là kinh Phật. Chúng ta cần phải xem đây như là giáo pháp do hết thảy chư Phật Như Lai giảng thuyết, xem đồng như nhau, không nên nhìn sách này với tâm phân biệt. Các bậc hiền thánh thế gian và xuất thế gian, hết thảy đều bắt đầu khởi tu từ chỗ này.

Quý vị đồng học tại gia học Phật cũng đều bắt đầu tu từ trong gia đình của quý vị. Nói cách khác, [phần nói về] *"những điều ác trong gia đình"* cũng không phải là quá nhiều. Một đoạn từ câu *"Tham lam vô yếm, chú trớ cầu trực"* cho đến câu *"Tổn tử đọa thai, hành đa ẩn tích"* tổng cộng có hơn hai mươi câu, chưa đến ba mươi câu, nếu như không giữ gìn [để phạm vào những điều] trong đoạn này thì quý vị không phải đệ tử Phật.

Nói thật ra, [như vậy thì] dù niệm Phật được rất tốt, niệm rất nhiều, cũng không thể vãng sinh. Đó là sự thật. Vì sao không thể vãng sinh? Trong kinh nói rất rõ ràng, những người nào cư trú ở thế giới Tây phương Cực Lạc? *"Các bậc thượng thiện nhân cùng hội về một chỗ."* Tâm ý và hành vi của quý vị đều bất thiện thì: *"Miệng niệm Di-đà tâm bất thiện, cho dù lớn tiếng uổng công thôi."*

Cho nên một đoạn văn này phải đặc biệt chú ý, phải thực sự tìm cầu nhận hiểu ý nghĩa, thực sự vâng làm theo. Đoạn văn này có hai mươi hai câu, quan trọng thiết yếu hơn hết. Thực sự phát nguyện cầu sinh Tịnh độ, quý vị nói xem phải bắt đầu tu từ đâu? Phải bắt đầu tu từ hai mươi hai câu này, trước tiên phải bắt đầu sửa trị gia đình mình cho tốt, sau đó mới có thể học Phật.

Một bộ *Cảm ứng thiên* này, nói thật ra là sự giảng giải tinh tường, chi tiết của điều đầu tiên trong ba điều phúc lành tạo nghiệp thanh tịnh: *"Hiếu dưỡng phụ mẫu, phụng sự sư trưởng, từ tâm bất sát, tu thập thiện nghiệp"* (Hiếu dưỡng cha mẹ, phụng sự bậc sư trưởng, giữ lòng từ không giết hại, tu mười nghiệp lành), cũng là chú giải của bốn câu kinh văn này, chúng ta phải đặc biệt xem trọng. Nếu không như vậy thì một đời này dù tu tập rất tốt, có thể được dồi dào phước báo hữu lậu trong hai cõi trời người nhưng công đức, lợi ích thù thắng trong Phật pháp nhất định không đạt được.

Hôm nay thời gian đã hết, chúng ta giảng đến đây thôi.

Bài giảng thứ 178

(Giảng ngày 20 tháng 3 năm 2000 tại Tịnh Tông Học Hội Singapore, file thứ 179, số hồ sơ: 19-012-0179)

Thưa quý vị đồng học, cùng tất cả mọi người.

Xin mời mở sách *Cảm ứng thiên*, đoạn thứ 109: *"Khinh mạn tiên linh. Vi nghịch thượng mệnh."* (Khinh thường tổ tiên. Trái lệnh bề trên.)

Trong câu thứ nhất, *"tiên linh"* là chỉ tổ tiên. Trong phần chú giải nói rất đơn giản rõ ràng, ngôn ngữ tuy đơn giản nhưng ý tứ hết sức sâu xa: *"Tiên linh, đó là hương linh các bậc tổ tiên. Nói chung những việc tẩn liệm không có lễ nghi, thọ tang không theo phép tắc, an táng chậm chạp, cúng tế không thành tâm, cúng lễ mộ phần không thường xuyên, miếu thờ không nghiêm chỉnh, hương đèn gián đoạn không liên tục, đó đều là khinh thường."* Chỗ này có nêu ra mấy trường hợp điển hình.

"Cây có cội, nước có nguồn, sao dám quên đi? Nếu sai sót trong việc này, ta thật không biết sao có thể như vậy."

Câu cuối cùng thật đáng buồn hết sức.

[Vấn đề đề cập ở] câu này, trong văn hóa Trung quốc là chính yếu, là trung tâm điểm, thế nhưng ở nước ngoài người ta rất xem thường, họ không có quan niệm như thế, cũng tức là họ không có quan niệm hiếu đạo. Đối với [các phẩm tính] *hiếu, đễ, trung, tín,* quan niệm của họ hết sức yếu kém. Điều này so với văn hóa Trung quốc hoàn toàn không tương đồng, cho nên cách suy nghĩ cũng trái nghịch nhau.

Nói Trung quốc, nhưng chúng ta không thể nói là người Trung quốc hiện đại. Người Trung quốc hiện đại hầu như đã dần dần bị ngoại quốc đồng hóa rồi. Quan niệm của người Trung quốc trước đây nhìn hết thảy mọi người đều là người tốt, nhìn hết thảy mọi việc đều là việc tốt. Thế nhưng, quan niệm của người ngoại quốc thì tương phản với điều này đến một trăm tám mươi độ. Người ngoại quốc khởi tâm động niệm, thấy người nào cũng là người xấu, mọi việc đều không có việc tốt. Cho nên họ nhất định buộc quý vị phải đưa ra thật nhiều chứng cứ để chứng minh quý vị là người tốt. Điều này so với Trung quốc hoàn toàn khác biệt.

Cho nên, căn bản của quan niệm này nằm ở sự tế tổ, yêu thương cha mẹ, thờ kính tổ tiên. Vì thế, người ngoại quốc đối với sự tế tổ của người Trung quốc hết sức ngờ vực, không hiểu được, thường hỏi rằng: "Tổ tiên đã mấy trăm năm, mấy ngàn năm rồi, quý vị chưa từng thấy mặt, quý vị cúng tế họ để làm gì? Họ không biết đến quý vị, quý vị cũng không biết đến họ." Thế nên họ cảm thấy [việc này] rất lạ lùng.

Thế nhưng người Trung quốc uống nước nhớ nguồn, chúng ta có cội gốc, có nguồn cội. Nguồn cội này là chư vị tổ tiên từ nhiều đời lâu xa, đã mấy ngàn năm, mấy vạn năm. Nguồn mạch này của chúng ta từ đâu mà có chứ? Đối với việc này hết sức xem trọng. Có nên xem trọng hay không? Phải hết sức xem trọng. Vì sao nói phải xem trọng. Cũng giống như một cây đại thụ, thân thể của mỗi chúng ta là một chiếc lá trên cây, chúng ta phải tìm về cội gốc. Chiếc lá từ đâu sinh ra? Là từ ngọn cây sinh ra. Ngọn cây từ đâu mà có? Là từ cành nhánh sinh ra, từ mỗi đầu cành cây sinh ra. Cành nhánh của cây lại từ đâu mà có? Cành từ thân cây sinh ra, thân từ gốc sinh ra, gốc lại từ rễ mà có. Tìm về cội rễ. Sau đó mới có thể biết được toàn cây đại thụ là cùng một tổng thể.

Người ngoại quốc không hiểu ý nghĩa này, cũng không hiểu phương pháp này. Cho nên, trong kinh điển giáo pháp, đức Phật dạy ta rằng, hết thảy chúng sinh trong các pháp giới cùng khắp hư không với bản thân mình là cùng một thân. Tổng thể cây đại thụ cũng giống như pháp thân, thân thể này của chúng ta là một chiếc lá trên thân cây đại thụ. Chiếc lá với toàn thể cây đại thụ là cùng một thể, không phải hai thể khác nhau.

Chúng ta nói đến cây đại thụ như vậy, trong nhà Phật gọi là *pháp thân: "Ba đời mười phương Phật, cộng đồng nhất pháp thân." "Nhất tâm nhất trí tuệ"*, đức Phật đã tìm ra được cội nguồn này. Cho nên, trong kinh thường nói: *"Thấu triệt nguồn pháp."* Đó là thấu hiểu được chân tướng của nhân sinh vũ trụ, rõ biết được quan hệ như thế nào giữa người với người, giữa mỗi người với hết thảy chúng sinh. Những điều này trong các tôn giáo khác cũng có nói, nhưng không nói được rõ ràng, sáng tỏ. Học thuật của thế gian không đạt đến. Các bậc hiền thánh xưa của Trung quốc tuy cũng nói đến căn bản, thế nhưng không nói được thật rõ ràng. Đối với [phạm vi] cành nhánh, thân cây có thể nói được khá rõ ràng, nhưng khi nói đến chỗ sâu xa hơn thì rất mông lung mơ hồ. Chỉ riêng Phật pháp nói được rất rõ ràng.

Người Trung quốc nói đến thương yêu con người, Phật pháp nói rộng đến hết thảy chúng sinh. Không chỉ trong một thế giới này của chúng ta, mà là hết thảy chúng sinh trong vô lượng vô biên thế giới ở khắp các pháp giới cùng tận hư không, hết thảy những chúng sinh ấy với bản thân ta đều cùng một cội rễ, cùng một gốc.

Điều gì là cội rễ? Trong Phật pháp dạy đó là tâm. Điều gì là gốc? Phật pháp dạy rằng đó là thức. Trong kinh Hoa Nghiêm nói hết thảy chúng sinh trong các pháp giới cùng khắp hư không đều do tâm biểu hiện, do thức biến hóa. Tâm và thức này là căn bản.

Cho nên, theo lễ nghi cổ xưa của Trung quốc thì trong năm điều lễ, điều thứ nhất là tế lễ, tức cúng tế tổ tiên, yêu kính tổ tiên. Tổ tiên từ trăm ngàn năm trước quý vị còn yêu kính thì có lẽ nào đối với cha mẹ hiện tiền lại không hiếu thuận? Cho nên, đạo hiếu được kiến lập từ đâu? Đạo hiếu từ nơi việc cúng tế tổ tiên mà kiến lập. Người đời nay không hiếu thuận với cha mẹ, đã bỏ mất chuyện cúng tế thì họ làm sao có thể hiếu thuận với cha mẹ? Việc thờ kính, cúng tế là cha mẹ nêu gương, nêu gương hiếu thuận để thế hệ tiếp theo nhìn vào. Ý nghĩa này hết sức quan trọng thiết yếu.

Khi tuổi già, cha mẹ, ông bà của mình đều đã qua đời, quý vị nói mình hiếu thuận thì con cháu không thể nhìn thấy được. Con cháu phải từ nơi sự thờ cúng tế tự tổ tiên của quý vị mới thấy, ăn chay, tắm rửa sạch sẽ, cúng tế tổ tiên. Hiệu quả của việc này, Khổng tử nói rất hay: *"Đức của dân theo về sâu nặng."* Hiệu quả ấy là giúp vào việc phát triển phong tục thuần hậu của xã hội, nhờ vậy xã hội đó mới được an hòa, lợi lạc, người dân mới được sống hạnh phúc mỹ mãn. Đó là hiệu quả ngay trước mắt.

Về lợi ích sâu xa là vô tận. Chúng ta từ góc độ Phật pháp mà nhìn thì người nào đạt đến rốt ráo viên mãn hiếu đạo, người ấy đã thành Phật. Nền giáo dục Phật giáo bắt đầu từ sự hiếu kính. Quý vị xem trong *"tịnh nghiệp tam phúc"* (ba điều phúc lành tạo nghiệp thanh tịnh), câu đầu tiên là *"Hiếu dưỡng cha mẹ, phụng sự bậc sư trưởng"*. Từ chỗ này mà khởi đầu, cho đến viên mãn rốt cùng cũng là hai câu này.

Tu hành chứng đắc đến quả vị Bồ Tát Đẳng giác, sự hiếu kính vẫn còn một phần khiếm khuyết, vẫn còn chưa đạt đến viên mãn. Vì sao vậy? Vì quý vị vẫn còn một phẩm vô minh sinh tướng chưa phá sạch, vẫn còn chưa xứng đáng với cha mẹ, chưa xứng đáng với thầy dạy, phải tu tập cho đến phá sạch hết một phẩm vô minh sinh tướng cuối cùng, chứng đắc quả Phật viên mãn, khi ấy đạo hiếu với cha mẹ cũng viên mãn, đạo kính thầy cũng viên mãn.

Giáo dục của nhà Phật, không chỉ riêng đức Phật Thích-ca Mâu-ni, cho đến sự giáo dục của hết thảy mười phương ba đời chư Phật Như Lai cũng là như vậy mà thôi. Chúng ta phải nhận biết sáng tỏ, phải thấu hiểu rõ ràng. Học Phật là học những gì? Là học hiếu dưỡng cha mẹ, học phụng sự bậc sư trưởng. Sự tu dưỡng của quý vị nâng cao dần đến mức hạnh Phổ Hiền. Trong hạnh Phổ Hiền nói về cha mẹ: *"Hết thảy nam giới là cha ta, hết thảy nữ giới là mẹ ta."* Đem tâm ý, hành vi hiếu dưỡng cha mẹ đối đãi với hết thảy chúng sinh trong các pháp giới cùng khắp hư không, đó là hạnh Phổ Hiền. Nếu như không phải hết thảy chúng sinh trong các pháp giới cùng khắp hư không, mà chỉ là trong một thế giới này của chúng ta, trong một trái đất này, trong thế giới Ta-bà này của chúng ta, đó là hạnh Bồ Tát, không phải hạnh Bồ Tát Phổ Hiền. Hạnh nguyện của Bồ Tát Phổ Hiền là biến khắp pháp giới cùng tận hư không.

Tâm hiếu như vậy mở rộng ra khắp hư không pháp giới, hết thảy chúng sinh đều là thiện tri thức của ta. Thiện tri thức tức là thầy ta. Trong kinh Hoa Nghiêm chúng ta thấy Đồng tử Thiện Tài, chỉ trừ riêng bản thân mình là phàm phu, là học trò, còn lại tất cả đều là bậc thiện hữu. Đó là tâm kính trọng thầy, cũng mở rộng ra đến hết thảy chúng sinh trong các pháp giới cùng khắp hư không. Đó gọi là hạnh Phổ Hiền.

Cho nên, hạnh Phổ Hiền không phải dễ dàng tu tập được. Nếu quý vị đối với hết thảy chúng sinh còn có sự phân biệt, còn có bám chấp, đó không phải hạnh Phổ Hiền. Tu hành phải bắt đầu từ đâu? Đức Thái Thượng ở chỗ này dạy rằng, đối với những bậc cao niên, đối với cha mẹ, các bậc tôn trưởng, quyết định không thể có ý niệm *"khinh mạn"* (cao ngạo khinh thường). *Khinh* nghĩa là gì? Là xem nhẹ, khinh thường, không chút lưu ý trong lòng. Nói theo thói thường là trong mắt xem như không có. *Mạn* là ngạo mạn, kiêu ngạo vô lễ.

Người đời hiện nay khó khăn rồi, đối với họ mà nói hai chữ *"vô lễ"* thì đều có phần thái quá. Thế nào là vô lễ? Là nói người đã hiểu biết lễ, hiểu biết nhưng không chịu làm theo nên gọi là vô lễ. Người đời hiện nay, thế nào gọi là lễ, căn bản họ còn không biết, nên hai chữ *"vô lễ"* thật không thể nói đến. Vì thế, xã hội ngày nay thật đáng buồn thay!

Cho nên tôi thường suy ngẫm, các tôn giáo ngoại quốc vì sao nói đến ngày tận thế? Ý niệm về ngày tận thế từ đâu mà có? Tôi nghĩ, nói chung là người đời hiện nay chuyện gì cũng không hiểu biết, *đạo đức, nhân, nghĩa, lễ* đều không hiểu, còn biết làm sao được nữa? Chỉ còn cách hủy diệt đi cả thế giới này, làm mới lại tất cả. Tôi nghĩ, tư tưởng về ngày tận thế là nảy sinh từ đây.

Vì sao tạo thành hiện tượng như vậy? Người Trung quốc thời xưa thường nói là *"thất giáo"*, *giáo* nghĩa là giáo dục, sự giáo dục bị đánh mất đi rồi. Trong kinh Vô Lượng Thọ nói: *"Tiên nhân bất thiện, bất thức đạo đức, vô hữu ngứ giả."* (Do người trước không khéo dạy nên không biết đạo đức, không ai bảo cho biết.) Không có ai dạy bảo quý vị. Người người ở khắp nơi đều không biết dạy bảo thế hệ sau mình, chúng ta có thể hiểu được việc này, vì sao vậy? Không biết dạy chính bản thân mình thì làm sao dạy bảo người khác? Họ làm sao có thể dạy bảo thế hệ tiếp theo? Sách vở thánh hiền xưa đặt ngay trước mặt cũng không đọc, hoặc đọc rồi cũng không hiểu. Vấn đề này thật hết sức nghiêm trọng.

Chúng ta trong một đời này thực sự có thể thọ trì những sách [thánh hiền] như vậy, dù một quyển, hai quyển cũng đủ rồi. Đặc biệt là đối với thời đại này, chỉ hơi sâu xa một chút thôi là người bình thường không cách gì tiếp nhận được. Căn bản họ không hiểu được. Chư Phật giúp đỡ hỗ trợ chúng sinh hết sức xem trọng căn cơ, người đời trong hiện tại căn cơ như thế nào? Tùy theo căn cơ thích hợp mà thuyết pháp mới có thể đạt được hiệu quả.

Đạo của thánh hiền truyền lại, truyền đến ngày nay vì sao biến thành như thế này? Chúng ta chú tâm quan sát kỹ, [nguyên nhân] trong đó cũng không tránh khỏi việc các bậc cổ đức truyền thừa đã xao nhãng bỏ qua yếu tố hiện thực, giảng luận những điều sâu xa huyền diệu nhưng không thiết thực trong thực tế.

Cách làm này cho đến nay vẫn còn thấy, chúng ta nhìn thấy rất nhiều sách được xuất bản như vậy. Không phải sách xưa, là những sách mới đây, lại có rất nhiều tạp chí, tạp chí trong Phật giáo, hết thảy đều là nghiên cứu lý luận, luận bàn cái học về tâm tính, [thực tế] không ích gì. Không thiết thực với thực tế, đó gọi là không gãi đúng chỗ ngứa. Những điều nói ra tuy không sai, nhưng không thể cứu vớt được bệnh khổ của đại chúng trong xã hội, điều này trong Phật pháp gọi là "khế lý bất khế cơ" (hợp lý lẽ nhưng không hợp căn cơ). Về lý lẽ giảng giải không sai, nhưng không thích hợp với căn cơ của chúng sinh.

Cho nên, chúng ta suy ngẫm việc vì sao Đại sư Ấn Quang đặc biệt đề xướng các sách *Liễu Phàm tứ huấn, Cảm ứng thiên, An Sĩ toàn thư*, là bộ sách do tiên sinh Chu An Sĩ biên soạn. Trong bộ toàn thư này, thực tế là có bốn phần. Phần thứ nhất là *[Giảng rộng] bài văn Âm chất của Văn Xương Đế Quân*, tính chất so ra hoàn toàn tương đồng với *Cảm ứng thiên*, là giảng về nhân lành quả lành, nhân ác quả báo ác, những tiêu chuẩn thiện ác. Đây là những điều lợi hại thiết thân của chúng ta, không thể không biết. Phần thứ hai là *"Vạn thiện tiên tư"*, khuyên người giữ giới không giết hại. Phần thứ ba là *"Dục hải hồi cuồng"*, khuyên người dứt trừ tham dục.

Giết hại và dâm dục là hai tội lỗi lớn lao nghiêm trọng nhất trong tất cả các điều ác. Dứt trừ được hai điều ác này rồi thì những điều ác khác đều dễ dàng trừ bỏ. Những điều ác khác giống như cành cây, lá cây, mà hai điều ác này là gốc rễ.

Phần thứ tư *"Tây quy trực chỉ"* là nói về Tịnh độ, khuyên người niệm Phật cầu sinh Tịnh độ.

Sở dĩ Tổ sư Ấn Quang đề xướng những sách này mà không đề xướng kinh luận, chúng ta hiểu được rằng đó là trí tuệ chân thật, đó là những lời răn dạy chân thật, đích thực có thể cứu vãn được kiếp nạn trong thời hiện đại.

Chúng ta nếu hiểu được ý tứ của Đại sư, hiểu được cách làm của Đại sư, chúng ta sẽ hoan hỷ tiếp nhận, y theo lời dạy vâng làm. Trong thời đại uế trược xấu ác cùng cực này, chúng ta vẫn có thể tự cứu mình, chúng ta cũng có thể giúp đỡ hỗ trợ hết thảy chúng sinh. Ý nghĩa này chúng ta phải suy xét sâu xa, phải nỗ lực thực hành.

Nếu có đủ năng lực, có thể đọc qua hết các kinh luận, sách khuyến thiện, giúp vào sự tu học của chúng ta, hỗ trợ chúng ta hoằng pháp. Nếu không có năng lực thì chỉ cần mấy bộ sách này, nương theo sự chú giải của các bậc đại đức xưa, cũng đã đủ dùng rồi, cũng đã rất tốt rồi, vì phù hợp cả lý lẽ và căn cơ.

Bài giảng thứ 179

(Giảng ngày 21 tháng 3 năm 2000 tại Tịnh Tông Học Hội Singapore, file thứ 180, số hồ sơ: 19-012-0180)

Thưa quý vị đồng học, cùng tất cả mọi người.

Xin mời mở sách *Cảm ứng thiên,* đoạn thứ 109: *"Khinh mạn tiên linh. Vi nghịch thượng mệnh."* (Khinh thường tổ tiên. Trái lệnh bề trên.) Lần trước đã giảng với quý vị về việc khinh thường tổ tiên. Người đời hiện nay, vì không có ai dạy bảo, cũng không có ai giảng giải, cho nên đối với việc này xem nhẹ, bỏ qua. Theo trong văn hóa Trung quốc mà nói, đây là điều đại bất hiếu. Vấn đề thật hết sức nghiêm trọng, nhưng người nhận biết được quả thật là rất ít.

Rốt cùng là thật có tổ tiên hay không? Người học Phật, người tu đạo, cả Phật giáo và Đạo giáo ở Trung quốc đều tin nhận việc này, tin là thật có. Các tôn giáo ở Ấn Độ, tất cả đều có tu định, trong khi nhập định có thể giao thông với sáu đường luân hồi, có thể qua lại trong sáu đường. Chúng ta trong thời cận đại thấy có chuyện của tiên sinh Chương Thái Diễm. Con rể của ông là lão cư sĩ Chu Kính Trụ rất thân với tôi. Khi tôi mới học Phật, lão cư sĩ giúp đỡ hỗ trợ tôi rất nhiều. Hồi đó tôi hai mươi sáu tuổi, lão cư sĩ cũng vào khoảng bảy mươi tuổi, xem tôi như một người bạn nhỏ, hết sức thương yêu bảo bọc. Ông kể cho tôi nghe, lúc tiên sinh Chương Thái Diễm còn tại thế, đã từng làm đến chức Phán quan của Đông Nhạc Đại đế. Khi ấy gọi là Phán quan, cũng giống như hiện nay là chức Bí thư trưởng, địa vị rất cao. Theo cách nói ngày nay là Bí thư trưởng của Đông Nhạc Đại đế. Khi ở cõi âm, ông từng gặp được những người từ thời Tùy, Đường. Ông là một người đọc sách, văn chương của người xưa ông đọc qua rất nhiều. Ông nói, những người như Hàn Dũ, Liễu Tông Nguyên... ông đều đã từng gặp, hiện tại vẫn còn ở trong cảnh giới của quỷ. Tuổi thọ của quỷ rất dài, điều này trong kinh Phật có nói, tiên sinh Chương Thái Diễm đã chứng thật với chúng ta.

Một ngày trong cảnh giới quỷ bằng một tháng ở cõi người. Tuổi thọ của quỷ, có người nói khoảng một ngàn năm. Dựa theo chỗ này mà tính toán thì những người chết từ đời Tùy, Đường đến nay hơn ngàn năm, sinh vào trong cảnh giới quỷ hóa ra vẫn còn đó, tiên sinh Chương Thái Diễm đã nhìn thấy.

Chúng ta nếu muốn thấy [quỷ] có khó chăng? Thật không khó. Đi lại trong cảnh giới của quỷ là chuyện rất dễ dàng. Quý vị chỉ cần tu hành cho tốt, buông bỏ hết vọng niệm, tâm được thanh tịnh đôi chút, tần số tương hợp liền mở ra, quý vị có thể qua lại với [cảnh giới của] quỷ.

Trước đây tôi có một người bạn đồng học là Pháp sư Minh Diễn, cũng là bạn đồng tham. Năm trước ông ở Đại Khê thuộc Đào Viên, tại đó theo học Mật giáo với Khuất thượng sư[1] trong khoảng chừng mười tháng. Ông tu hành hết sức nỗ lực, sau thời gian mười tháng thì đi lại được trong cảnh giới quỷ. Ông ấy nói với tôi, đương nhiên là sự thật, không phải giả dối, vì ông là người hết sức thành thật, là một người rất tốt. Ông nói, vào thời điểm hoàng hôn, lúc sẩm tối, khoảng năm, sáu giờ chiều, trên đường phố đã có quỷ xuất hiện, nhưng rất ít. Như vậy là vì sao? Là vì lúc ấy mới vừa tảng sáng của quỷ. Ông nói, vào buổi tối khoảng sau mười giờ trở đi, quỷ đi lại đầy đường, người và quỷ cùng xen lẫn nhau. Cho nên, muốn giao tiếp với cảnh giới của quỷ không cần đến công phu thượng thừa, dần dần có đôi chút công phu cũng thấy được. Điều ông ấy nói là có thật, không phải giả dối.

Con cháu bất hiếu, hương linh chư vị tổ tiên trong lòng hết

---

[1] Tức Lão cư sĩ Khuất Ánh Quang.

sức không thoải mái, hết sức khó chịu. Nếu là những trường hợp đại nghịch, đánh mất đạo lý, tôi nghĩ là tổ tiên đối với cháu chất đời sau nhất định cũng sẽ có sự ra tay trừng phạt. Cho nên, Trung quốc thời xưa đối với việc cúng tế tổ tiên xem là hàng đầu, là việc trước tiên. Chúng ta đọc các sách Nghi lễ, Lễ ký, chương đầu tiên là nói việc tế lễ. Tế lễ cũng gọi là "cát lễ", với chữ *cát* là tốt lành, như trong *cát tường*. Đó là đạo hiếu, là căn bản trong giềng mối của đạo làm người. Nếu như con người đối với tổ tiên quên mất đi, dùng tâm khinh thường ngạo mạn [đối với tổ tiên] thì xã hội đó thật đã có vấn đề, hơn nữa còn là vấn đề nghiêm trọng.

Ngày nay, người ta chỉ biết là xã hội động loạn, tai nạn xảy ra nhiều, nhưng không biết những điều ấy do đâu mà có, con cái vì sao không nghe lời cha mẹ, học trò vì sao không nghe lời thầy dạy. Căn nguyên của những điều này chính là vì *"khinh thường ngạo mạn với tổ tiên"*.

Câu thứ hai là *"trái lệnh bề trên"*, theo cách nói ngày nay là không phục tùng cấp lãnh đạo. Trong một xã hội mà cấp dưới không phục tùng cấp lãnh đạo, con cái không phục tùng cha mẹ, học trò không phục tùng bậc sư trưởng, nhân viên không phục tùng ông chủ, vậy xã hội ấy sẽ ra sao? Người xưa nói đó là *"loạn thần tặc tử"* (bề tôi làm loạn, con cái hư hỏng). *"Loạn thần tặc tử"* do đâu mà có? Cũng là từ chỗ này mà ra. Vì sao kẻ dưới không thể phục tùng người trên? Ngạn ngữ Trung quốc có câu: *"Xà trên không ngay, xà dưới lệch."* Người ở địa vị trên có đạo lý của người trên, quý vị có thể làm sáng tỏ đạo lý, thực hành đức hạnh, đâu có lẽ nào kẻ dưới lại không phục tùng? Đó gọi là: *"Dĩ đức phục nhân."* (Dùng đức hạnh thu phục người.)

Thế nhưng hiện tại không ai giảng về đạo, cũng không ai thực hành đức, thiên hạ đại loạn rồi. Chúng ta phải biết được nguyên do từ đâu mà ngày nay cả xã hội này động loạn? Nói thật ra là *"cha chẳng ra cha, con chẳng ra con, nhà không ra nhà; nước không ra nước"*. Chúng ta ngày nay sống trong một xã hội như thế.

Nếu người trên có thể làm theo đạo lý thì kẻ dưới nhất định sẽ kính trọng theo đúng lễ. Thế nhưng ngày nay sáng được đạo, thực hành được nghĩa không phải chuyện dễ dàng. Người thực sự hiểu biết thông đạt cần phải có tâm hết sức nhẫn nại. Đại chúng trong cả xã hội này chưa từng được học qua những lời răn dạy của thánh hiền. Người học Phật tuy nhiều nhưng chỉ biết tụng kinh, chỉ biết cầu phước, đối với đạo lớn trong kinh luận cũng không hiểu rõ. Đối mặt với xã hội hiện nay, những sự dụ dỗ mê hoặc của danh văn lợi dưỡng, của năm món dục trong sáu trần cảnh, những dụ dỗ mê hoặc đó so với trong quá khứ đã mạnh mẽ hơn gấp trăm ngàn lần và cũng không dừng ở đó.

Những người nào có thể không bị dụ dỗ mê hoặc? Thật rất hiếm hoi ít có! Ngày nay mọi người đều thấy được tấm gương tốt nhất là nữ cư sĩ Hứa Triết, không bị dụ dỗ mê hoặc. Thế nhưng trong xã hội ngày nay những người như vậy thật quá hiếm hoi ít có. Vào thời xưa, tỷ lệ người như vậy chiếm đa số, trong mười người cũng có được một, hai người. Cho nên thiên hạ thái bình, quốc gia hoàn toàn an định.

Trong kinh luận, đức Phật thường khuyên bốn chúng đồng học phát tâm Bồ-đề. Thế nào gọi là tâm Bồ-đề? Không chịu sự dụ dỗ mê hoặc của năm món dục trong sáu trần cảnh, không chịu sự dụ dỗ mê hoặc của danh văn lợi dưỡng, tâm như vậy là tâm Bồ-đề. *"Phát tâm Bồ-đề, một lòng chuyên niệm [Phật]"*, chúng ta mới có thể vĩnh viễn thoát khỏi luân hồi.

Thế gian này không phải nơi ở được, rất nhiều quý đồng học gần gũi với tôi đều biết, tôi thật rất muốn ẩn cư, thật rất muốn sớm ngày vãng sinh Tịnh độ, tôi không muốn ở lại thế gian này thêm một ngày nào nữa. Nhưng vì sao vẫn chưa ra đi? Vì thấy vẫn còn có những người thực tâm muốn học, tôi không thể không giúp đỡ, hỗ trợ cho họ. Cho nên, còn ở lại thế gian này ngày nào đều phải nỗ lực hết sức cho công việc [giúp đỡ hỗ trợ] này.

Pháp sư Khai Tâm ở Đài Nam, Hàn Quán trưởng hy vọng tôi có thể giảng trọn vẹn đầy đủ bộ kinh Hoa Nghiêm, Pháp sư Khai Tâm vì chúng ta giảng mười mấy lần, tôi rất cảm động. Tôi hy vọng ở đây các vị pháp sư còn trẻ tuổi nỗ lực học tập. Kỹ thuật giảng kinh không khó học, nhưng quan trọng thiết yếu nhất là đức hạnh. Không có đức hạnh thì tự mình không thể thành tựu. Trước hết chúng ta phải có năng lực phân biệt được lợi hại, phân biệt thiện ác, phân biệt tà chính, phân biệt thị phi. Quý vị phải có năng lực như thế rồi, quý vị mới có thể tự cứu lấy mình, quý vị mới có thể giúp đỡ hỗ trợ người khác.

Trong thực tế, nếu chúng ta không có những năng lực ấy, quý vị có thể trọn đời thọ trì kinh *A-di-đà*, *Cảm ứng thiên* như vậy là đủ. Nhà Phật nói trì giới, niệm Phật, như vậy là đủ. Nhưng hoàn toàn không phải là cứ mỗi ngày đem hai bản kinh sách này ra tụng đọc qua mấy lần. Như vậy không ích gì. Phải hiểu rõ được ý nghĩa, trong đó nói về đạo lý, phương pháp, cảnh giới đều phải hiểu biết rõ ràng, phải thực hành theo. Phải đem những lời răn dạy của Phật-đà, cùng với bản văn *Cảm ứng thiên* hơn một ngàn bảy trăm chữ này, mỗi câu mỗi chữ đều vận dụng vào thực tiễn đời sống của chúng ta, phải làm được hết những điều ấy.

Chúng ta đối đãi chân thành với người khác, họ đối với ta lừa lọc dối trá, chúng ta nói năng hành động đều thực sự vì lợi ích chúng sinh, chúng sinh đối với ta luôn hoài nghi, đối với ta không có lòng tin, chúng ta vẫn phải nỗ lực mà làm, tuyệt đối không bị ngoại cảnh làm dao động. Như thế gọi là thiền định. Hết thảy cảnh giới đều minh bạch rõ ràng, nhận biết sáng tỏ, đó là trí tuệ. Định và tuệ cùng học như nhau.

Trong một đời này độ không được chúng sinh cũng gieo cấy được chủng tử kim cương trong thức a-lại-da. Đời này duyên của họ chưa thành thục, tập khí nghiệp chướng còn quá sâu nặng. Trong số đồng học của chúng ta, tôi thấy rất rõ ràng, có những người nghe tôi giảng kinh rất nhiều, có những người thông minh, tôi vừa giảng phần trước thì họ đã biết phần sau phải giảng những câu nào, thế nhưng tập khí, tật xấu đều không sửa được. Nguyên nhân là vì đâu? Vì tập khí quá nặng. Đó gọi là: *"Thiểu thành nhược thiên tính, tập quán thành tự nhiên."* (Tập quen từ nhỏ giống như bẩm tính trời sinh, thói quen lâu ngày thành tự nhiên.) Hai câu này là do người xưa nói ra.

Chúng ta học tập tốt nhất là từ thời niên thiếu. Thế nhưng thời thiếu niên, thanh niên tôi đều để luống qua, không có duyên phần tiếp xúc với Chánh pháp. Từ tuổi trung niên về sau mới gặp được. Năm tôi hai mươi sáu tuổi gặp được Phật pháp. Tôi hết sức bùi ngùi cảm khái vì gặp được Phật pháp quá muộn màng. Nếu tôi được nghe pháp sớm hơn mười năm thì thành tựu ngày nay của tôi hẳn không chỉ thế này. Hiện tại chúng ta đều đã đến tuổi trung niên, chỉ có thể nói là *"mất bò mới lo làm chuồng"*, phải tự mình biết quý tiếc thời gian còn lại về sau, liệu chúng ta còn được bao nhiêu ngày? Phải khéo léo hết sức tận dụng, thành tựu đạo nghiệp của bản thân mình, tránh không phải đọa vào ba đường ác. Có thể vâng làm theo *Cảm ứng thiên*, quý vị quyết định không đọa vào ba đường ác. Trong sách này, quý vị cũng có thể xét thấy hết sức rõ ràng, pháp thế gian cũng như Phật pháp đều được xây dựng trên căn bản *"hiếu với cha mẹ, tôn kính thầy"*. Nhưng hiếu với cha mẹ thì trong thực tế không thể quên ơn đức của tổ tiên, làm sao dám khinh thường ngạo mạn với tổ tiên?

Không quên lời răn dạy của thầy, đó là báo ơn thầy. Nếu như quý vị trong việc tu học dần dần có chút công phu hiệu quả, phải từ đâu thấy được? Chính là từ chỗ này thấy được. Nếu như tâm niệm, hành vi của quý vị có đủ tám chữ *"khinh thường tổ tiên, trái lệnh bề trên"* thì bất kể là quý vị dụng công học tập như thế nào, hết thảy đều vô nghĩa, đều là hư giả, không phải chân thật. Pháp thế gian cũng như Phật pháp, thực sự trong học vấn có chút tâm đắc chính là biểu hiện ra ở việc *"hiếu với cha mẹ, tôn kính thầy"*.

Quý vị hãy suy ngẫm thật kỹ lời nói này của tôi, hãy chú tâm thể hội ý nghĩa tất nhiên trong đó. Không hiểu được hiếu với cha mẹ, không hiểu được tôn kính thầy, đó là người không có học, đọc sách uổng công không hiểu, cầu học uổng công không học được gì. Quý vị muốn hỏi vì sao như vậy? Ý nghĩa đọc sách là ở chỗ nào? Là hiểu rõ lý lẽ, thực sự sáng tỏ được đạo lý, lẽ nào lại có đạo lý không vận dụng vào thực tế? Không vận dụng vào thực tế, không thể vận dụng, đó là vô nghĩa. Cho nên, pháp thế gian cũng như Phật pháp, lý lẽ muốn thực sự sáng tỏ nhất định phải vận dụng trong thực tế.

Muốn xem học vấn của người khác đến tầng bậc nào, thì mức độ thấp nhất là hiểu rõ lễ nghi. Những lời răn dạy của các bậc hiền thánh xưa, người này có thể làm được, thế nhưng bám chấp nơi hình tướng. Lễ nghi là bám chấp hình tướng. Lễ vẫn còn chuyện đến đi. Ở mức độ cao hơn một chút là *"làm theo nghĩa"*. Làm theo nghĩa là nghĩa vụ, chúng ta vì chúng sinh phục vụ, chỉ làm hết nghĩa vụ, không hưởng thụ quyền lợi, đó là *"làm theo nghĩa"*. Không đòi hỏi, mình đối tốt với người khác, không đòi hỏi người khác cũng phải đối tốt giống như vậy với mình. Đó là làm theo nghĩa, so với lễ cao hơn một bậc. Lại nâng cao hơn một bậc nữa là *"thực hành nhân ái"*. Nhân ái là thực sự có lòng thương yêu, thực sự có lòng cung kính, có thương yêu. Lại nâng cao hơn bậc nữa là *"đức"*, cao nhất là *"thực hành đạo"*.

Nói theo trong Phật pháp thì có thể thực hành đạo là bậc Pháp thân Đại sĩ. Bậc Pháp thân Đại sĩ hành đạo, bốn thánh pháp giới thực hành đức, Thanh văn, Duyên giác, Bồ Tát, chư Phật trong mười pháp giới, đều là thực hành đức, không thể nói đến hành đạo. Chư thiên cõi trời thực hành nhân ái. Quý vị xem chư thiên cõi trời, trong kinh Phật dạy chúng ta rằng tâm của chư thiên là *"từ bi hỷ xả"*. Từ bi là nhân ái, các vị thực hành nhân ái. Trong cõi người này của chúng ta, có thể thực hành được đến nghĩa, đến lễ, thì thiên hạ thái bình, xã hội an định, nhân dân mới có thể sống đời hạnh phúc mỹ mãn, chúng ta không thể không hiểu rõ.

Chư Phật, Bồ Tát, các bậc đại thánh đại hiền thị hiện ở thế gian, bên trong các ngài thi hành đại đạo, bên ngoài biểu hiện là *nhân, nghĩa, lễ*. Quý vị xem sự thị hiện của chư Phật, Bồ Tát, các bậc thánh nhân thế gian, xuất thế gian, có phải là vì chúng ta biểu hiện như thế hay không? Có phải là dạy bảo chúng ta như thế hay không? Như vậy thì chúng ta liền hiểu biết sáng tỏ, liền thông đạt rõ ràng.

Hôm nay thời gian đã hết, chúng ta giảng đến đây thôi.

Bài giảng thứ 180

(Giảng ngày 22 tháng 3 năm 2000 tại Tịnh Tông Học Hội Singapore, file thứ 181, số hồ sơ: 19-012-0181)

Thưa quý vị đồng học, cùng tất cả mọi người.

Xin mời mở sách *Cảm ứng thiên*, đoạn thứ 110, cũng có hai câu: *"Tác vi vô ích. Hoài cáp ngoại tâm."* (Làm việc vô ích. Ôm lòng phản trắc.)

Trong chú giải nói rất hay: *"Muôn sự ở thế gian này, chớp mắt đã thành không."* Chỉ cần người có tâm tỉnh thức một chút thì đều có thể nhận hiểu được điều này. Đặc biệt là chúng ta sống trong đời hỗn loạn, như tôi hồi tưởng lại quá khứ của chính mình trong mấy chục năm qua, trôi dạt không ổn định, liền thể hội được ý nghĩa *"chớp mắt đã là không"*, thật hết sức sâu sắc. Mấy chục năm từ thuở ấu thời, tôi vẫn còn nhớ được mọi chuyện ở quê nhà. Chín tuổi rời quê nhà, chưa một lần trở về, lưu lạc ở từng nơi, tổng cộng đã sống qua mấy chục thành thị, vùng miền, nên thể hội thật sâu xa rằng chúng ta đến thế giới này chỉ như người khách trọ, là khách lữ hành đi ngang qua.

Trong kinh Bát-nhã, đức Phật giảng các lẽ *"bất khả đắc"* (không thể nắm bắt), *"vô sở hữu"* (không có sở hữu), chúng ta thể hội được rất sâu xa. Phật dạy chúng ta, chỉ có việc tu tích phước đức, làm việc thiện, vì chúng sinh phụng sự, giúp đỡ hỗ trợ mọi người giải quyết khó khăn khổ nạn, những việc ấy mới có thể mang theo từ đời này sang đời khác. Cho nên, các bậc hiền thánh xưa dạy ta rằng, những gì có thể mang theo được nên làm nhiều hơn, những gì không thể mang theo được không cần phải làm. Tài sản không mang theo được, vợ chồng con cái không mang theo được, những thứ vật chất mà quý vị vui mừng ưa thích sử dụng cũng đều không mang theo được. Nếu chỉ dụng tâm mưu cầu phát triển những thứ ấy thì thật sai lầm. Chúng ta nhìn xem trong thế gian này, có bao nhiêu người làm việc sai trái như vậy? Khắp nơi đều có.

Các bậc đại thánh đại hiền của thế gian cũng như xuất thế gian đều dạy chúng ta phải làm những việc có thể mang theo được.

Việc tu tích công đức phải bắt đầu làm từ chỗ nào? Trong hết thảy các kinh luận, Phật dạy chúng ta [bắt đầu từ việc] phát tâm Bồ-đề. Thế nào là tâm Bồ-đề? Rất ít người có thể nói ra được rõ ràng, sáng tỏ. Giáo dục của Nho gia trong quá khứ bắt đầu từ trẻ thơ lên bảy, tám tuổi, chuẩn bị đọc Tứ thư. Trong sách Đại học nói về *cương mục*, chính là trong Phật pháp nói tâm Bồ-đề.

Trong Tịnh Tông Học Hội của chúng ta, cư sĩ Tổng vụ Lý Văn Phát mới gần đây sắp kết hôn, tôi muốn gửi lễ vật làm quà mừng, ông ấy đề nghị tôi viết cho mấy chữ. Tôi viết tám chữ để chúc phúc, khuyến khích ông, đặt kỳ vọng nơi ông. Trong tám chữ đó, bốn chữ trước là *"trị bình sơ cơ"* (nền tảng trước hết của việc trị bình), chỉ sợ hiện tại rất ít người hiểu được ý nghĩa này: Gia đình chính là nền tảng căn bản của việc trị nước, ổn định xã hội. Bốn chữ sau là *"đại đạo chi thủy"* (khởi nguồn của đạo lớn). Đạo lớn là gì? Là đạo thành Phật, là đạo chuyển phàm thành thánh. Đó là sự khởi nguồn. Hôn nhân là việc lớn, gia đình là nền tảng của pháp thế gian và xuất thế gian. Chúng ta hiện nay đang đọc đoạn văn này trong Cảm ứng thiên, toàn bộ đều là nói về gia đình.

Cho nên, các bậc thánh hiền thế gian và xuất thế gian giáo hóa chúng sinh là dạy những điều gì? Chính là dạy chúng ta làm người. Không tiếp nhận qua sự giáo dục của thánh hiền thì không biết làm người. Người không biết làm người thì tạo nghiệp [ác], quả báo của việc tạo nghiệp ác là rơi vào ba đường ác.

Năm xưa khi tôi cầu học tại Đài Trung có thỉnh cầu thầy Lý Bỉnh Nam giảng sách Lễ ký. Tôi thỉnh cầu dường như đến sáu, bảy lần thầy mới đáp ứng. So ra khác với việc thưa thỉnh các kinh luận. Đối với các kinh luận, chỉ thưa thỉnh một lần, thầy liền đáp ứng. Thầy không chịu giảng [Lễ ký], về sau mới nói cho tôi biết vì nguyên nhân gì. Thầy hỏi tôi, ông thật chịu học chăng? Sách Lễ ký, theo Phật pháp mà nói thì đó là kinh điển thực hành. Ông nhất thiết phải làm được, phải vận dụng vào thực tiễn. Nếu giảng cho ông nghe mà không vận dụng được vào thực tế, lại xem như [nghe rồi là] xong, như vậy thật chẳng bằng không giảng.

Tôi thưa thỉnh quá nhiều lần, thầy mới miễn cưỡng giảng giải. Câu mở đầu, thầy nói: *"Tôi giảng Lễ ký không phải để các vị hiểu lễ, mục đích không phải vậy. Vậy mục đích ở chỗ nào? Là hy vọng quý vị làm người trong xã hội này không đến nỗi bị người khác ghét bỏ. Mục đích là như vậy."* Đó là thầy đem mức độ của lễ hạ xuống thấp nhất. Quý vị có thể hiểu lễ một chút thì sống trong xã hội không bị người khác ghét bỏ, không bị người khác chê chán.

Chúng ta học được một chút như vậy, cũng hết sức nỗ lực làm theo, vậy trong xã hội này có thể làm được trọn vẹn đầy đủ hay không? Không thể làm được trọn vẹn đầy đủ. Trong xã hội này, người ghét bỏ ta vẫn còn rất nhiều, người hiểu lầm cũng rất nhiều, người hủy báng cũng rất nhiều. Nguyên nhân là gì? Chúng ta phải quay đầu phản tỉnh, xem lại chính mình, là chúng ta làm chưa đủ tốt, phải luôn luôn xem lại chính mình.

Chư Phật Như Lai, đức Khổng tử, Mạnh tử, đó là những bậc đại thánh đại hiền của thế gian cũng như xuất thế gian, các ngài có hoàn hảo chăng? Hiện nay những người hủy báng

Phật vẫn rất nhiều, những lời hủy nhục đức Khổng tử chúng ta cũng vẫn thường nghe thấy. Như vậy, ngay cả chư Phật Như Lai, hoặc người như đức Khổng tử mà vẫn chưa được toàn hảo, vì không có cách gì có thể làm được đến mức khiến cho tất cả người trong thiên hạ đều tán thán ngợi khen. Thế nhưng nhất định vẫn phải hết sức nỗ lực hướng thiện.

Chúng ta làm thế nào để nuôi dưỡng phát triển đức hạnh trong tâm ý và hành vi của mình? Nho giáo, Phật giáo đều dạy hoàn toàn giống nhau. Nếu quý vị có lập gia đình, thì việc quản trị gia đình trước hết phải tu sửa tự thân mình. Tự thân mình không tu sửa, gia đình của quý vị không thể là một gia đình tốt. Trước hết phải tu sửa thân, vậy tu sửa thân như thế nào? [Muốn tu thân] trước hết phải tu tâm, căn bản của thân là tâm. Vậy phải tu tâm như thế nào? Nho gia nói *"cách vật, trí tri"* (thấu hiểu nguyên lý sự vật, đạt đến sự hiểu biết), đó là căn bản, là căn bản lớn lao quan trọng nhất của đức hạnh. Ở điểm này nếu chúng ta không thực sự nỗ lực làm thì trong suốt một đời, bất kể là quý vị tu tập pháp môn nào, dù là pháp thế gian hay xuất thế gian, quý vị đều không có đức hạnh, quý vị vẫn tạo nghiệp, vẫn một mình phạm vô số lỗi lầm. Phạm vào lỗi lầm gì, tự thân mình cũng không biết được. Nếu tự mình biết được là quý vị đã giác ngộ, quý vị là người hiểu biết sáng tỏ. Tự mình không biết được thì tự mình là người hồ đồ mê muội.

"Cách vật" là gì? Là buông bỏ vật dục. Trên giảng đường tôi thường khuyến khích quý vị đồng học buông bỏ tự tư tự lợi, buông bỏ danh văn lợi dưỡng, xa lìa sự hưởng thụ năm món dục trong sáu trần cảnh, như vậy mới được. Nếu như với những thứ ấy không buông bỏ thì tâm của quý vị không chân chánh. Tâm không chân chánh, thân làm sao có thể chân chánh? Cho nên, Nho gia lấy *"cách vật"* làm đầu, *vật* ở đây là vật dục. *"Cách"* là gì? Là chiến đấu vượt qua, phải

chiến đấu vượt qua vật dục.[1] Theo cách nói hiện nay là chiến thắng vật dục. Chúng ta phải có năng lực chiến thắng tự tư tự lợi, chiến thắng danh văn lợi dưỡng, chiến thắng sự hưởng thụ năm món dục trong sáu trần cảnh. Nữ cư sĩ Hứa Triết ở Singapore này đã làm được như vậy.

Điều này trong nhà Phật gọi là *"trước hết dứt trừ phiền não"*. Quý vị xem trong bốn hoằng thệ nguyện thì *"phiền não vô tận thệ nguyện đoạn"* chính là *"cách vật"* của Nho gia, *"pháp môn vô lượng thệ nguyện học"*, Nho gia gọi là *"trí tri"*. Nếu như phiền não của quý vị không dứt trừ, quý vị muốn học pháp môn quyết định không thể thành tựu. Sự không thành tựu đó cũng có nghĩa là quý vị quyết định không thể khai ngộ. Vì sao vậy? Vì quý vị có chướng ngại, quý vị có tập khí phiền não gây chướng ngại, quý vị làm sao có thể hiểu được đạo của thánh hiền? Cho nên quý vị không thể thành tựu.

Ý nghĩa này chúng ta có thể hiểu được hay không? Người hiểu rõ được mới chịu thực hành. Cho nên, đặc biệt là đối với chúng ta, những người đọc kinh Phật, kinh Phật dạy ta cầu khai ngộ, không chỉ riêng Thiền tông mới yêu cầu *"đại triệt đại ngộ"*, cả Giáo tông cũng yêu cầu quý vị *"đại khai viên giải"*, niệm Phật cũng phải cầu được *"nhất tâm bất loạn"*. Đó là công đức chân thật. Tích lũy công đức phải bắt đầu làm từ chỗ này.

Không thể buông bỏ được vật dục thì chuyện gì cũng không thể thành tựu. Hết thảy pháp thế gian còn không thể thành tựu, huống chi là Phật pháp? Các pháp thế gian đó là

---

[1] Về quan điểm "cách vật trí tri" của Nho gia, Từ điển Hán ngữ hiện đại giải thích là: "推究事物的原理，從而獲得知識" (suy cứu sự vật đích nguyên lý, tùng nhi hoạch đắc tri thức) - suy cứu nguyên lý của sự vật, từ đó đạt được tri thức. Tuy nhiên, ở đây Hòa thượng muốn giảng giải tư tưởng này từ góc nhìn của Phật giáo nên hiểu rằng "cách vật" là chiến thắng vật dục.

những gì? Là quả báo trong hai cõi trời người, quý vị không có được quả báo trong hai cõi trời người, sau khi chết quý vị phải đọa vào ba đường ác. Việc này chúng ta phải nhận hiểu rõ ràng, sáng tỏ, đừng để nỗ lực suốt đời mà quả báo tương lai vẫn không thể thoát ra khỏi ba đường ác, như vậy có oan uổng hay không?

Việc này nhất định không thể cẩu thả sơ suất. Vì sao vậy? Có rất nhiều người học Phật mà bị đọa vào ba đường ác. Ngạn ngữ nói rằng: *"Trước cửa địa ngục nhiều thầy tăng."* Câu này là sự thật, không phải giả dối. Trong mười người xuất gia, sau khi chết có đến chín người đọa vào địa ngục. Nguyên nhân vì sao? Đem kinh luận đọc qua một lần, suy ngẫm thật kỹ, quý vị liền có thể hiểu được rõ ràng. Tự mình khởi tâm động niệm so với những lời răn dạy của chư Phật, Bồ Tát đều hoàn toàn trái nghịch. Quý vị không học Phật, tội lỗi một phần, có học Phật thì tội lỗi ấy càng nặng gấp đôi. Vì sao vậy? Vì [như vậy là] phá hoại hình tượng Phật pháp, phá sự hòa hợp của Tăng đoàn, tội lỗi này thật không chấp nhận được.

Thế nhưng hiện nay người ta đối với việc này xao lãng, quên mất đi, ví như có đọc kinh, nghe giảng, tự mình cũng không đem những lời răn dạy ấy ra thực hành. Trong đời sống hằng ngày, khi xử sự, đối đãi với người, tiếp xúc muôn vật, vẫn thuận theo phiền não như trước, không chịu sửa đổi tập khí xấu ác. Nói cách khác, những người này vẫn đi vào ba đường ác.

Ba đường ác là tham lam, sân hận, si mê. Thử suy ngẫm xem chúng ta xử sự trong cuộc sống, đối đãi với người, tiếp xúc muôn vật, có chạy theo tham sân si hay không? Nếu là chạy theo tham sân si, đó là quý vị đi vào ba đường ác. Nếu có đủ cả tham sân si, đó là đi vào địa ngục. Không có sân hận thì đi vào cảnh giới ngạ quỷ. Trong ba điều này, không có tham lam, không sân hận nhưng vẫn còn ngu si. Ngu si là gì? Là đối với lý sự, chân vọng, tà chánh, thị phi, thiện ác không phân biệt được rõ ràng, nhận thức điên đảo, đó là ngu si, đi vào cảnh giới súc sinh.

Chúng ta bình tĩnh suy xét, ngẫm lại tự thân mình, khởi tâm động niệm có phải là đủ cả tham sân si hay không? Nếu quả là như vậy, trong lòng ta phải tự biết rõ ràng, ta quyết định sẽ đọa vào địa ngục, con đường phía trước hoàn toàn tối tăm u ám. Người có được tương lai tươi sáng rỡ ràng nhất định phải là người đã buông bỏ được tham sân si mạn, một lòng niệm Phật cầu sinh Tịnh độ.

Trong lúc còn chưa ra đi, vẫn còn giữ được thân này, thân này phải vì hết thảy chúng sinh phụng sự, hiện nay gọi là làm công quả. Làm công quả cũng là làm việc thiện, mỗi một ý niệm đều dứt trừ tham sân si, một lòng hướng Phật, cầu nguyện vãng sinh, đó là tích đức. Tu thiện, tích đức, con đường tương lai tươi sáng rỡ ràng, một đời này của chúng ta không luống qua vô ích.

Thời gian trôi qua nhanh, đời người ngắn ngủi khổ đau, nhất định phải nắm lấy cơ hội, mỗi ngày đều tụng đọc kinh điển. Tôi đã giảng giải với quý vị đồng tu rất rõ ràng, rất sáng tỏ. Mỗi buổi sáng đọc kinh, công phu sáng, phải tự cảnh tỉnh nhắc nhở mình, suốt ngày hôm nay trong sinh hoạt nói năng hành động sẽ không trái nghịch những lời dạy bảo trong kinh điển. Chiều tối đọc kinh, công phu tối, cũng vẫn là phản tỉnh tự xét mình, những điều Phật dạy chúng ta làm, ta có làm được hay không? Những điều Phật dạy chúng ta không được làm, ta có tuân theo hay không? Thời công phu tối là để phản tỉnh, là kiểm điểm, là sám hối, sửa lỗi, tự làm thanh tịnh chính mình.

Công phu sớm tối được như vậy là công đức. Tuyệt đối không phải cứ sáng sáng chiều chiều đem kinh điển ra tụng đọc cho chư Phật, Bồ Tát nghe rồi Phật, Bồ Tát hoan hỷ với quý vị, làm gì có lý lẽ ấy? Quan niệm như vậy là sai lầm. Kinh điển không phải tụng đọc cho Phật, Bồ Tát nghe, mà là tụng đọc cho chính mình nghe. Những lời răn dạy [của Phật, Bồ Tát] phải luôn ghi nhớ, phải y theo lời dạy vâng làm. Đó là đại ân đại đức của Phật đối với chúng ta. Chúng ta báo đáp chư Phật, Bồ Tát là phải *"tín nguyện thọ trì"* (tin tưởng, phát nguyện, tiếp nhận, vâng giữ làm theo). Đó là báo ân một cách chân chánh.

Bài giảng thứ 181

(Giảng ngày 23 tháng 3 năm 2000 tại Tịnh Tông Học Hội Singapore, file thứ 182, số hồ sơ: 19-012-0182)

Thưa quý vị đồng học, cùng tất cả mọi người.

Xin mời mở sách *Cảm ứng thiên*, đoạn thứ 110: *"Tác vi vô ích. Hoài cáp ngoại tâm."* (Làm việc vô ích. Ôm lòng phản trắc.) Hai câu này ngày hôm qua đã có trình bày chung một cách sơ lược với quý vị.

Con người sống ở đời này, thời gian hết sức ngắn ngủi. Ví như được trăm năm thì cũng thoáng nhanh như búng móng tay một cái mà thôi. Những người cao tuổi đều có được cảm xúc này hết sức sâu xa. Nếu như không hiểu lý lẽ, không đọc sách thánh hiền, thì trong một đời này, như trong kinh Địa Tạng đã nói, khởi tâm động niệm, nói năng hành động *"không một việc gì là không tạo tội"*.

Trong Phật pháp thường tán thán: *"Thân người khó được, Phật pháp khó được nghe."* Được thân người này thì có gì là tốt? Nếu như không đọc sách thánh hiền, không được nghe Phật pháp thì chúng ta có thể nói là không được thân người mới tốt. Vì sao vậy? Vì không tạo nghiệp tội. Tạo tác nghiệp tội, đọa vào ba đường ác, thời gian rất lâu dài, thật không đáng để trong mấy chục năm ngắn ngủi này tạo tác nghiệp tội rồi phải chịu khổ trong luân hồi nhiều kiếp dài. Được thân người như vậy có chỗ nào là tốt? Sinh làm súc sinh, cho dù là rắn độc, thú dữ, những nghiệp tội tạo ra so với con người vẫn nhẹ hơn rất nhiều. Cho nên súc sinh sau khi chết đa phần đều có thể chuyển sinh vào các đường lành, không phải là không có lý. Chúng ta quan sát kỹ các động vật, dù là rắn độc, thú dữ, quý vị không xâm phạm đến chúng, chúng cũng không xâm phạm đến quý vị. Cọp, sói, sư tử cũng chỉ khi bụng đói mới ăn thịt các con vật nhỏ. Chúng ta xem trong *"Động vật kỳ quan"* có rất nhiều hình ảnh minh họa. Cọp, sư tử ăn no rồi nằm thẳng cẳng, các con vật nhỏ đi quanh đó chúng không hề quan tâm đến, nên so với con người chúng tạo nghiệp nhẹ hơn rất nhiều.

Tâm sân hận của con người thật hết sức đáng sợ. Chúng ta thường xem thấy có rất nhiều thủ đoạn hết sức độc ác, tạo tội hết sức nặng nề, hại chết đến muôn ngàn mạng người. Vì sao phải tạo ra những nghiệp tội như thế?

Đức Phật tán thán việc được thân người quý báu, là vì được thân người sẽ dễ dàng đạt được giải thoát. Nhưng muốn dễ dàng giải thoát nhất định phải nghe Phật pháp, phải đọc sách thánh hiền, phải giác ngộ, người như vậy mới là quý báu. Con người nếu không giác ngộ thì có gì là quý? Ngược lại còn không bằng chúng sinh trong ba đường ác. Những lý sự này, chúng ta phải thấu hiểu rõ ràng, sáng tỏ. Thực sự thấu hiểu rõ ràng sáng tỏ, đó là giác ngộ, tự nhiên có thể nhìn thấu suốt hết thảy các pháp thế gian, có thể buông bỏ, một lòng hướng theo đạo pháp. Thân người như vậy thật đáng quý.

Thời còn trẻ tôi không được nghe Phật pháp, đến tuổi trung niên mới được nghe, cũng chưa quá muộn. Việc tu học pháp môn này, nếu như quý vị thực sự nỗ lực làm thì trong ba năm có thể thành tựu. Chúng ta đọc trong các sách *Tịnh độ thánh hiền lục, Vãng sinh truyện*, có đến hơn một nửa số người niệm Phật vãng sinh, nói chung là đã công phu trong khoảng thời gian từ ba đến năm năm. Đó là chuyên tâm. Chúng ta ngày nay tu tập mười mấy năm, cho đến một chút tin tức [vãng sinh] cũng không có, nguyên nhân vì đâu? Là vì tâm không chuyên, ý không thành, đối với những danh lợi, năm món dục trong sáu trần cảnh của thế gian không hề buông bỏ.

Trong kinh Phật dạy nguyên tắc tu học, chúng ta không nắm chắc được. Trong chương Đại Thế Chí Viên Thông dạy chúng ta *"thâu nhiếp sáu căn, niệm niệm thanh tịnh nối liền nhau"*. Chúng ta không làm được như vậy. Chúng ta không thâu nhiếp được sáu căn, mắt vẫn tham sắc, tai vẫn tham âm, lưỡi vẫn tham vị... Đó là không biết thâu nhiếp sáu căn. Biết thâu nhiếp sáu căn, những ý niệm tham sân si mạn đều dứt hết, sống trong thế gian này, đứng ngồi hết thảy đều tùy duyên, hết thảy đều không bám chấp, không phân biệt, một lòng hướng theo đạo, như vậy trong ba đến năm năm mới thành công. Tâm của chúng ta vẫn còn bị năm món dục trong sáu trần cảnh xoay chuyển, vẫn còn bị danh lợi xoay chuyển, nên trong đời này dù niệm [Phật] suốt đời cũng không thể thành công.

Thế gian hết thảy đều là giả tạm, không có gì chân thật. Trong kinh Kim Cang Phật dạy chúng ta rất rõ ràng, rất sáng tỏ: *"Những gì có hình tướng đều là hư vọng."* *"Hết thảy các pháp hữu vi đều như mộng ảo, bọt nước."* Chúng ta phải thường nhớ tưởng, từng giây từng phút luôn cảnh tỉnh bản thân mình, hết thảy đều là hư giả, trong chỗ hư giả đó kết hợp lại, có lý nào không xoay chuyển trong luân hồi! Có lý nào lại không đọa lạc!

Vậy những gì là chân thật? Buông bỏ muôn duyên là chân thật, tùy thuận chúng sinh là chân thật. Phật dạy chúng ta tùy duyên. Tùy duyên chính là tự tại, đó là hiệu quả chân thật, là lợi ích chân thật, nếu lại có thể tín tâm phát nguyện niệm Phật, cầu sinh Tịnh độ, đó là chân thật trong sự chân thật, không còn gì có thể chân thật hơn nữa.

Hãy thường nghĩ đến câu *"thân người khó được, Phật pháp khó được nghe"*. Chúng ta ngày nay được thân người, được nghe Phật pháp, cơ duyên quý báu như vậy nếu không nắm lấy giữ gìn thì thật hết sức đáng tiếc. Một khi đã mất đi thân người, muôn kiếp khó được lại. Được lại thân người thật không dễ dàng. Ví như có được lại thân người, liệu có cơ hội được nghe Phật pháp hay không? Nếu như lúc ta được thân người mà thế gian không có Phật pháp thì thân người đó cũng chỉ luống qua vô ích. Thời gian có Phật pháp [ở thế gian] rất ngắn, thời gian không có Phật pháp rất dài. Quý vị xem như vận pháp của đức Phật Thích-ca Mâu-ni là mười hai ngàn năm. Qua mười hai ngàn năm đó rồi, thế gian này không có Phật pháp. Thời gian không có Phật pháp kéo dài bao lâu? Phải sau năm mươi sáu ức bảy ngàn vạn năm, Bồ Tát Di-lặc mới thị hiện thành Phật, thế gian này mới trở lại có Phật pháp. Quý vị nghĩ xem, mười hai ngàn năm không thể so sánh được với năm mươi sáu ức bảy ngàn vạn năm! Cho nên, đức Phật dạy chúng ta lời này là chân thật. Thân người mất rồi không dễ dàng được lại, nhưng được thân người rồi lại được nghe Phật pháp thì lại càng khó hơn rất nhiều.

Trong một đời này nếu không thể nỗ lực tu học thì làm sao xứng đáng với chư Phật, Bồ Tát? Làm sao xứng đáng với chính bản thân mình lần này may mắn được thân người? Cho nên, trong mọi hoàn cảnh sống, thuận cảnh cũng tốt, nghịch cảnh cũng tốt, những người quanh ta dù là người hiền cũng được, kẻ xấu ác cũng được, ta luôn dùng một tâm chân thành, thanh tịnh, bình đẳng mà đối đãi. Cho dù bị giày xéo, dằn vặt như thế nào đi chăng nữa cũng có thể cam tâm nhẫn chịu, chân thành niệm Phật, mấy năm sau là được vãng sinh, việc gì phải so đo tính toán?

Vì sao không buông bỏ được? Chúng ta từ chỗ này thể hội được thì có thể đạt lợi ích chân thật từ Phật pháp, đối với hết thảy người, hết thảy việc trong thế gian đều không còn so đo tính toán, chỉ *"hằng thuận chúng sinh, tùy hỷ công đức"*. Công đức chính là chân thành niệm Phật. Hãy suy xét, những chuyện vô ích thì không làm. Những chuyện gì là vô ích? Là những chuyện không thể mang theo [sau khi chết].

Chúng ta phải phân biệt rõ ràng sáng tỏ. Những việc hại người lợi mình càng không thể làm, chắc chắn sẽ đọa vào ba đường ác.

Cho nên, những việc chúng ta phải làm là lợi ích chúng sinh, quên mình vì người. Có được bao nhiêu sức lực, mang ra cống hiến hết bấy nhiêu, phước báo của quý vị liền được trọn vẹn đầy đủ. Nếu ta có mười phần sức lực, chỉ cống hiến một, hai phần, như vậy phước báo rất ít, có sự khiếm khuyết, không được trọn vẹn đầy đủ. Vì thế, chúng ta theo trong Phật pháp mà nhìn, mà suy xét, việc gieo trồng phúc đức trong thế gian này, tu được phước báo lớn lao nhất rất thường là những người nghèo khổ bần cùng, họ tu được phước báo trọn vẹn đầy đủ. Chúng ta ở Singapore thấy được như nữ cư sĩ Hứa Triết, có thể nói trong số bảy tỷ người[1] trên thế giới này, không ai có thể so sánh được với bà. Phước báo của bà là trọn vẹn đầy đủ.

Người thế gian tất nhiên là có những người giàu sang phú quý, tiền muôn bạc ức, khi họ bố thí cho người khác bất quá cũng chỉ đưa ra một đôi chút, như chín con trâu nhổ một sợi lông. Hơn nữa khi đưa ra thì trong lòng cũng không khoan khoái, luôn nghĩ đến việc cho ra mà có được lợi ích thì họ mới làm một chút việc từ thiện. Nếu cho ra mà họ không được lợi ích gì, thì dù một sợi lông [trong chín con trâu] họ cũng không nhổ ra. Những người như vậy, chúng ta biết được là một khi chuyển sang đời khác họ sẽ rơi vào cảnh nghèo khổ khốn cùng.

Ngày nay trong thế gian, người giàu có tiền muôn bạc ức là nhờ đâu mà có? Chúng ta nhìn thấy sự tu nhân của bà Hứa Triết, tu nhân như bà ấy chính là nhân của sự giàu có tiền muôn bạc ức.

---

[1] Trong bản văn chép là 七十億人 (thất thập ức nhân) là bảy mươi ức người. Mỗi ức là 100.000, bảy mươi ức là 7 triệu. Chúng tôi e rằng sự ghi chép có nhầm lẫn, vì nói đến cả thế giới thì hiện nay phải là 7 tỷ.

Phật pháp dạy *"Tam chuyển pháp luân"* tức là ba phương thức giáo dục: [*thị chuyển, khuyến chuyển* và *chứng chuyển*], tại Singapore này đều thấy được tất cả. Giảng rộng kinh điển, đó là trực tiếp chỉ bày, dạy bảo cho quý vị (*thị chuyển*). Bạn hữu hiền thiện mỗi ngày khuyến khích quý vị (*khuyến chuyển*). Giống như các vị nữ cư sĩ Hứa Triết, cư sĩ Lý Mộc Nguyên là vì chúng ta *chứng minh*, trong các tôn giáo khác gọi là *kiến chứng*, thế giới Phật pháp gọi là *chứng minh (chứng chuyển)*. Biết được các vị ấy tu tập như thế nào, chúng ta nhìn thấy được thì trong lòng hiểu rõ, hết sức sáng tỏ. Quý vị xem cư sĩ Hứa Triết tự mình nói ra, con đường tương lai của bà tươi sáng rỡ ràng, điều đó là chân thật. Các vị thiện thần bảo vệ giúp đỡ bà, bà có niềm tin đầy đủ, chỉ duy nhất một tấm lòng thiện lương giúp đỡ hỗ trợ những người khổ nạn, hết lòng hết sức mà làm, được một xu tiền thì làm việc một xu, được hai xu tiền thì làm việc hai xu. Quý vị xem trên báo chí đăng tải, trong tài khoản ngân hàng của bà ấy chỉ còn ba mươi bảy đồng tiền, nhưng xã hội hiện nay nhắc đến bà ai ai cũng tôn kính. Đó là hoa báo, quả báo [ngày sau] không thể nghĩ bàn. Điều này chúng ta cần phải học tập.

Câu tiếp theo là *"Ôm lòng phản trắc"*. Trong chú giải nói rất hay: *"Bầy tôi phản vua, con cái ngỗ nghịch với cha mẹ, vợ phản bội chồng, anh em hại nhau, bạn bè phản nhau, hết thảy đều do lòng phản trắc."* Điều này thật hết sức rõ ràng.

Tiếp theo, chú giải nói: *"Nhưng không đợi phải hình thành ra việc làm, chỉ cần mảy may ý niệm manh động, người khác dù không biết nhưng quỷ thần đã trừng trị tâm niệm đó rồi."* Cho nên, những kẻ mất trí cuồng điên là tạo tác nghiệp tội như vậy, trong xã hội ngày nay khắp nơi đều có, bất kể là đi đến nơi nào, bất kể thời điểm nào, chúng ta cũng đều có thể nhìn thấy.

Thế giới ngày nay là một thế giới lừa gạt con người. Nhìn

xem những kẻ lừa dối, càng lừa dối nhiều càng được chức quan cao, địa vị cao, giữ chức vụ cao, họ lại càng lừa gạt muôn dân, lừa gạt hết thảy chúng sinh. Cho nên ngày nay giữ địa vị cao đâu có gì tốt? Trước mắt nhìn thấy kẻ ấy tác oai tác phúc, nhưng nhìn lại thì thấy đó là địa ngục A-tỳ. Nghiệp tội họ tạo ra là đọa vào địa ngục A-tỳ, chỉ trong nháy mắt họ đã đi vào đó. Đọa vào trong đại địa ngục này, quả thật là muôn kiếp không được siêu sinh. Con người mê hoặc! Hồ đồ mê muội đến thế là cùng.

Ngày trước, chúng ta xem vào thời xa xưa, quý vị có đọc sách xưa cũng đều biết rõ, các bậc đế vương khanh tướng thời xưa nhân từ bác ái, mỗi một ý niệm đều vì muôn dân giải trừ khốn khổ gian nan, giúp đỡ hỗ trợ muôn dân an cư lạc nghiệp, người đời sau tôn xưng là cổ thánh tiên vương. Việc làm của các ngài là vương đạo, giáo hóa chúng sinh luân lý đạo đức. Những việc các ngài làm là khuôn mẫu noi theo cho đại chúng trong toàn xã hội. Nho gia gọi là: *"Tác chi quân, tác chi thân, tác chi sư."* (Làm vua [dẫn dắt] dân, làm cha mẹ [nuôi dưỡng] dân, làm thầy [dạy bảo] dân.) Ba điều này các ngài đều làm được, đó là công đức vô lượng vô biên.

Quý vị đọc *Liễu Phàm tứ huấn*, thấy tiên sinh Liễu Phàm khi làm Huyện trưởng, ông nuôi dưỡng tâm như thế nào? Là tâm vì muôn dân phục vụ, làm thật tốt công việc phục vụ dân, khiến cho người dân trong toàn huyện đều có thể được an cư lạc nghiệp. Công việc ông làm là như vậy. Biết được những nỗi khổ của dân, nghĩ đủ mọi phương cách để giảm bớt mức thuế. Mỗi ngày ông đều làm như vậy. Đời sống của riêng ông vô cùng tiết kiệm. Thu nhập của ông cũng khá dồi dào, nhưng mùa đông may áo bông, quý vị xem trong sách *Liễu Phàm tứ huấn* có nói, phu nhân của ông dùng loại bông vải thô thông thường, không dùng loại vải bông nhuyễn đẹp, bởi vì một chiếc áo bằng vải bông nhuyễn đẹp, nếu dùng loại vải bông thô thông thường có thể làm ra được đến sáu, bảy cái, có thể chia cho sáu, bảy người. Sự hưởng thụ của một người có thể phân chia cho sáu, bảy người. Ông có ý niệm như vậy, phước báo của mình không chỉ riêng mình hưởng, phước báo ấy mang ra phân chia cho mọi người cùng được hưởng.

Ngày trước người làm quan, mỗi một ý niệm đều suy nghĩ vì muôn dân. Họ không vì bản thân, tự mình chịu khắc khổ, hy vọng muôn dân có đời sống được tốt đẹp. Các bậc đế vương cũng vậy. Cho nên, nơi bậc đế vương cư trú gọi là Kinh sư. *Kinh* là thành lớn, còn *sư* là gì? Sư là khuôn mẫu, mô phạm, thành thị ấy là khuôn mẫu, phép tắc cho hết thảy các thành thị khác noi theo, ý nghĩa là như vậy. Ngày nay trên toàn thế giới này mà nói, Singapore là kinh sư, là khuôn mẫu tốt cho tất cả các đô thị trên toàn thế giới noi theo. Người dân ở Singapore an cư lạc nghiệp, các vị quan chức lớn nhỏ, bộ trưởng, nghị viên, mỗi tuần đều nhất định có một ngày gặp gỡ quần chúng. Dân chúng có điều gì khó khăn đều trực tiếp tìm đến họ, mặt đối mặt chuyện trò trao đổi, giúp đỡ hỗ trợ quý vị giải quyết vấn đề, mỗi tuần lễ nhất định có một lần như vậy. Không giống như ở nhiều nơi khác, người làm quan lớn rồi thì muốn tìm họ cũng không tìm được. Ở đây, Tổng thống cũng thường gặp gỡ người dân. Tôn giáo chúng ta có nhiều lần hội họp mời thỉnh Tổng thống, ông đều đến tham gia, không một chút cao ngạo.

Nhân dân an cư lạc nghiệp, địa phương này trị an rất tốt. Nửa đêm canh ba, phụ nữ đi ra ngoài đường cũng không việc gì. Ngày nay trên toàn thế giới, những đô thị được như thế này thật ít. Rất hiếm có! Người dân tuân theo pháp luật, quan chức không tham tiền, cho nên ở nơi này có việc cần không phải đưa lễ vật. Đưa lễ vật là phạm pháp. Người đưa lễ là phạm pháp, người nhận lễ cũng là phạm pháp. Ở đây mọi việc đều y theo quy trình pháp luật mà giải quyết. Đây là kinh sư của địa cầu hiện nay. Kinh sư là thành thị khuôn mẫu, là một thành thị xứng đáng để mọi người học tập làm theo. Quý vị xem, người ta làm sao làm được vậy?

Singapore cũng có một số tội phạm, nhưng quý vị xem kỹ trên báo chí sẽ thấy những kẻ phạm tội không phải người Singapore, hết thảy đều là những người nơi khác đến. Người dân địa phương Singapore hết sức hiếm khi phạm tội. [Họ được] chính phủ quan tâm nhiều, quan tâm hết sức chu đáo.

Cho nên, trong lòng xen lẫn ý niệm phản trắc, không có sự trung thành chung thủy thì đây là lỗi lầm rất lớn. Trong chú giải có dẫn một đoạn chuyện Tần Cối đời Tống, quý vị có thể tự mình xem.

Hôm nay thời gian đã hết, chúng ta giảng đến đây thôi.

Bài giảng thứ 182

(Giảng ngày 1 tháng 4 năm 2000 tại Tịnh Tông Học Hội Singapore, file thứ 183, số hồ sơ: 19-012-0183)

Thưa quý vị đồng học, cùng tất cả mọi người.

Xin mời mở sách *Cảm ứng thiên*, đoạn thứ 111: *"Tự chú chú tha. Thiên tắng thiên ái."* (Thề thốt nguyền rủa mình, nguyền rủa người khác. Yêu ghét thiên lệch.) Những điều như vậy đều là hành vi xấu ác.

Trong phần chú giải nói rất rõ, tôi sẽ đọc qua một lần. Chú giải nói: *"Câu này là nói việc thề thốt những điều không đáng cầu."* Điều này từ xưa đến nay, ở khắp mọi nơi vẫn thường có. Tự mình có chuyện oan khuất không cách gì biện biệt liền thề thốt, nguyền rủa. *"Nói chung khi giận dữ mà tự thề thốt nguyền rủa mình, lại nguyền rủa người khác, đó là rơi vào điều này."* Hiện tượng này chúng ta vẫn thường nhìn thấy. Hành vi này quyết định là hành vi không tốt. Trong kinh luận, Phật dạy chúng ta: *"Hết thảy các pháp từ tâm tưởng sinh."* Tâm tưởng như vậy không tốt, làm sao chiêu cảm được quả báo tốt?

Người thực sự có học vấn, có đức hạnh, có tu trì thì hiểu biết sáng tỏ, trong ý niệm phải thanh tịnh, phải thiện lương, lời nói, tâm trạng đều phải nhu hòa, như vậy cảm ứng được quả báo hiền thiện. Tại Singapore, tôi thường nhắc đến nữ tu sĩ Hứa Triết. Bà là tấm gương tốt nhất đối với người tu hành. Hiện nay bà vẫn đang còn sống. Bà suốt một đời luôn giữ được tâm bình khí hòa, cho nên bà được khỏe mạnh sống lâu. Khỏe mạnh sống lâu không phải từ nơi khác đến, là do chính ta giữ gìn mà được.

Vì sao tâm chúng ta thường không bình lặng? Tâm không bình, nguồn gốc từ đâu? Là từ những vọng tưởng, phân biệt, bám chấp sinh ra, toàn là giả tạo. Con người phải thực sự hiểu rõ lời Phật dạy: *"Hết thảy hình tướng đều là hư vọng"*, như vậy thì tâm liền được bình lặng; *"Hết thảy các pháp hữu vi đều như mộng ảo, như bọt nước"*, như vậy thì tâm liền được bình lặng. Quý vị kính trọng, ngợi khen tôi, chỉ mỉm cười niệm A-di-đà Phật, [khen đó] chỉ là giả thôi. Quý vị hủy báng, làm nhục tôi, hãm hại tôi, cũng niệm A-di-đà Phật, [chê đó] cũng chỉ là giả thôi. *"Hết thảy hình tướng đều là hư vọng"*, quý vị cần gì phải bám chấp? Cần gì phải phân biệt? Chư Phật, Bồ Tát dạy chúng ta như vậy.

Chúng ta xem lại như nữ cư sĩ Hứa Triết, bà làm sao trong cuộc đời trăm tuổi của mình luôn giữ được tâm bình khí hòa? Không có gì khác, chỉ là bà hiểu rõ được đó là giả tạm. Quý vị làm nhục tôi, mắng chửi tôi. Quý vị làm nhục người khác, mắng chửi người khác, vì sao tôi không sinh lòng tức giận? Vì không liên can đến tôi, đó là mắng chửi người khác. Vì sao khi mắng chửi tôi, tôi tức giận? Vì bám chấp có một cái *"ngã"*. Như vậy là sai lầm. Phân biệt có ngã, bám chấp có ngã, đâu biết rằng phân biệt, bám chấp, hết thảy đều là vọng tưởng.

Chúng ta học Phật phải từ chỗ này mà giác ngộ, sáng tỏ, liền được hiệu quả, lợi ích lớn, những ý niệm được mất đều buông bỏ hết. Không có tâm được mất thì không phạm vào lỗi lầm này. Lỗi lầm này đều là do được mất, phân biệt, bám chấp mà có.

Con người sống qua một đời trong thế gian này, vì sao không thường vui khoái? Vì sao không thể tự mình vượt qua chính mình? Nói thật ra, đích thực là tự mình không vượt qua chính mình. Người khác không tìm quý vị, là quý vị không tự mình vượt qua chính mình.

Chúng ta cùng sống trong xã hội này, đặc biệt là trong quá khứ, khi quốc gia Singapore mới thành lập được ba mươi năm. Khi chưa lập quốc, tại đây người Hoa phải chịu sự kỳ thị. Quý vị nghe vị nữ lão tu kể lại, tại đây [vào lúc ấy] đi làm công, mỗi tháng tiền công được bao nhiêu? Được hai đồng tiền. Bà ấy kể rất rõ, không phải mỗi tuần được nghỉ một ngày, là một năm mới được nghỉ một ngày, xem như không có nghỉ. Hơn nữa, hai đồng tiền công ấy cũng không được dùng đến, còn phải gửi về Trung quốc để giúp đỡ hỗ trợ những anh em, chị em còn nghèo cùng khốn khó hơn. Đó là những điều trong quá khứ bà đã tự thân trải qua.

Trong xã hội không có địa vị, đương nhiên là phải có lòng oán hận bất bình. Nhưng bà ấy có thể làm cho tâm bất bình ấy thành bình lặng, đó là chỗ học vấn gì? Là công phu gì? Bà kể với chúng ta, bà không có văn hóa, bà chưa từng đọc sách. Đó là sự thật. Vào thời ấy, phụ nữ được đi học dường như là chuyện không hề có. Cách đây trăm năm, chuyện như vậy là rất hiếm, rất hiếm có, trừ phi là nhà giàu sang phú quý lớn mới mời thầy về nhà để dạy cho con. Cách đây trăm năm cũng không có trường học, bà ấy từ nơi đâu học được? Bà ấy không phải trời sinh ra đã biết, phải là học mới biết. Bà là người ham học, thường thưa hỏi người khác để học. Sau khi nghe được rồi, bà có thể thực hành hiệu quả, có thể ghi nhớ. Ưu điểm lớn nhất trong đời bà ấy là chỉ nghe điều lành, không nghe điều ác, chỉ nhớ điều lành, không nhớ điều ác. Đó chính là chỗ thành công trong một đời của bà. Cho nên bà có thể giữ được suốt đời, trong lòng không có những ý niệm xấu ác. Chỉ có ý niệm hiền thiện, không có ý niệm xấu ác. Chúng ta phải hiểu rõ được ý nghĩa này, phải khéo léo nỗ lực học tập, đó là tự mình được phước báo, tự mình được lợi ích.

"Thiên" là có lòng thiên lệch; *"tắng"* là sân hận, không hài lòng, ghét bỏ. Do đâu mà có? Là do cách nhìn thiên lệch. Khi hài lòng với một người, ghét bỏ một người, tâm địa của quý

vị không công bằng, cho nên có sự thiên lệch riêng tư. Trong chú giải nói: *"Yêu ghét thiên lệch, phạm vi nói đến rất rộng."* Tiếp theo nêu ra nhiều ví dụ điển hình: *"Nói chung vua đối với bề tôi, cha đối với con, chồng đối với thê thiếp."* Chủ nhân đối với người làm công cũng có như vậy. Đây là sự thật, từ xưa đến nay ở khắp mọi nơi chúng ta vẫn thường nhìn thấy, vẫn thường nghe thấy. Đến như người học Phật chúng ta, trong một đạo trường, đệ tử của Lão Hòa thượng rất nhiều, tín đồ rất nhiều, cũng có sự *"yêu ghét thiên lệch"*. Như vậy có thể thấy loại tập khí phiền não này nặng nề biết bao.

Quý vị có thể hỏi, vì sao sinh ra hiện tượng này? Vì thiếu công bằng, không có tâm bình đẳng, cho nên mới có hiện tượng này. Nếu như quý vị dụng tâm bình đẳng, sẽ không có hiện tượng này. Quý vị xem, gần đây nhất có nhiều đoàn khách thăm viếng đến từ Trung quốc. Đoàn Phúc Châu hơn ba mươi người, hôm nay quay về. Đoàn Bắc Kinh hơn năm mươi người, vẫn còn ở lại một tuần lễ nữa. Ngày mai là ngày 2 [tháng 4], có một đoàn từ Liêu Ninh sẽ đến. Còn có đoàn đến từ Đài Loan nữa. Các vị đồng tu ấy đến đạo trường Cư Sĩ Lâm thăm viếng rồi, cảm xúc rất sâu xa. Cư Sĩ Lâm là một đoàn thể lớn biết bao, mỗi ngày kẻ vào người ra có đến cả ngàn người. Cảm xúc của những người đến thăm là vì thấy mọi người ở đây đoàn kết hòa hợp, không thấy sự kỳ thị phân biệt. Người lãnh đạo là cư sĩ Lý Mộc Nguyên hoàn toàn không có sự yêu ghét thiên lệch. Điều này khiến người viếng thăm trong lòng hết sức bội phục. Những người trong đạo trường không hề có ý kiến xáo trộn, không có ai không hòa hợp với người khác, không có cãi cọ, không gây sự, mọi người đều đoàn kết hòa hợp.

Cư sĩ Lý Mộc Nguyên không có lòng riêng, quý vị đến đây cúng dường, tu công đức, đó là quý vị vì Tam bảo, quý vị không phải vì tôi. Cho nên đối với đạo trường Cư Sĩ Lâm, cho dù cúng dường rất nhiều, rất lớn, quyết định cũng không có sự đối đãi đặc biệt. Quý vị không cúng dường một xu nào, cũng tuyệt đối không có sự khinh thị quý vị. Hết thảy đều được đối xử bình đẳng như nhau, điều này thật không dễ dàng.

Cư Sĩ Lâm có rất nhiều vị đại hộ pháp, quý vị nhìn xem vào lúc ăn cơm, họ chỉ tự mình đến lấy một ít rau rồi ngồi ăn ở khuất nơi góc tường, Lý cư sĩ không chỉ ra cho thì chúng ta không biết được. Những vị hộ pháp thực sự có khả năng đều không tranh ra đứng trước, họ đều lui lại phía sau, họ đều biết khiêm nhường. Đó đều là theo lời răn dạy của thánh hiền.

Cho nên, quý vị đồng tu ở Trung quốc phải đặc biệt học tập theo. Đồng tu ở Trung quốc chỉ biết chen đến trước, tuyệt đối không chịu nhường người khác. Cho nên, họ muốn mời thỉnh tôi về nước, tôi nói quý vị có thể học theo được đức khiêm nhượng của [đồng tu ở] Singapore thì tôi sẽ về. Mỗi người đều chen đến trước đứng, giao thông phải trở ngại, đường không thông suốt. Tôi nói, không phải tôi không muốn về nước, thật lòng hết sức muốn về, đã muốn về từ mấy chục năm nay nhưng không dám về. Vì sao không dám về? Nhiệt tình của quý vị tôi hết sức cảm kích, nhưng nhiệt tình ấy có phần thái quá, mỗi người đều muốn tranh nhau đến phía trước để gặp tôi, tôi không chịu được. Như vậy tạo ra điều gì? Là làm hỗn loạn trật tự, gây ra vấn đề cho công an, như vậy làm sao chấp nhận được? Nếu được như quý vị đồng tu ở Cư Sĩ Lâm, mỗi người đều biết nhẫn nhượng, mỗi người đều muốn lui về phía sau, không mong chen đến đứng trước, như vậy thì tôi đã sớm quay về nước. Như vậy là thành tựu đức hạnh chân thật của bản thân mình.

Quý vị xem, các bậc thánh hiền thế gian và xuất thế gian đều dạy chúng ta tích đức, tích âm đức. Âm đức là gì? Là âm thầm làm điều tốt không cho người khác biết. Không cần phải tạo thành địa vị đặc thù riêng của bản thân mình, không cần tạo thành mục tiêu rõ ràng của bản thân mình, để mọi người nhìn thấy quý vị, cung kính quý vị, tôn trọng quý vị. Như vậy thì công đức tu tích của quý vị được báo đáp hết rồi. Cho nên, người lui về phía sau thì công đức tu tích vẫn còn nguyên, họ chưa nhận báo đáp, phước báo về sau không thể nghĩ bàn. Như vậy mới gọi là công đức chân thật, lợi ích chân thật.

Cho nên, chúng ta ở thế gian này, trong việc xử sự, đối đãi với người, tiếp xúc với vật, tâm phải bình lặng, tâm phải công bằng, khi tiếp xúc với hết thảy người hay sự vật đều phải vì việc công, không có lòng riêng, như vậy mới có thể thành tựu đức hạnh. Quyết định không được có tâm thiên lệch. Tâm thiên lệch thì cho dù có được phước báo lớn, thành tựu đó cũng không phải chân thật. Đó chính là phát lên rất nhanh rồi suy bại cũng rất nhanh.

Nói chung, khi có tâm thiên lệch tiếp xúc với một người nào, nghiêng về yêu thích một người nào, người đó đều là vì lợi ích mà đến với ta. Cho họ lợi ích thì họ đến, không có lợi ích thì họ liền đi mất, tuyệt đối không phải giao tình đạo nghĩa. Thực sự có đạo nghĩa thì khi quý vị suy bại họ vẫn tìm đến, quan tâm chăm sóc quý vị, vẫn tìm gặp quý vị. Quý vị xem qua truyện Hồng Lâu Mộng, trong đó có một người có đạo nghĩa là người vú già họ Lưu. Quý vị xem, vào lúc nhà họ Giả suy vi thất bại, những người trước đây chạy theo nương dựa thế lực không còn thấy một người nào nữa. Những người bình thường vẫn đến bợ đỡ nịnh nọt giờ không còn thấy ai, dù một người cũng không nhìn thấy. Chỉ duy nhất có vú già họ Lưu vẫn còn mang đến chút đỉnh y phục, dè dặt tiết kiệm để mang đến một chút tiền mà chăm sóc [họ Giả]. Đó là gì? Chính là có đạo nghĩa. Con người này, theo như hiện nay nói là không có nền tảng văn hóa, không có đọc sách, là người quê mùa, người chân chất nhưng hiểu rõ được đạo nghĩa. Bà đến dinh quan lớn thăm viếng bà con, tuyệt không xu thần dựa thế, chỉ là có chút quan hệ thân thích, có chút liên hệ nên tìm đến thăm.

Chúng ta phải nhận thức rõ ràng, đặc biệt là quý vị tương lai có danh tiếng trong xã hội, có địa vị, có chút đức vọng, quý vị phải biết loại người [xu phụ] này có rất nhiều. Nếu như tâm quý vị không bình đẳng, không công bằng, những người chung quanh quý vị sẽ là nguyên nhân gây thất bại cho quý vị trong tương lai. Chúng ta nhất định phải hiểu rõ, nhất định phải sáng tỏ điều này. Quý vị thất bại, thất bại ở chỗ nào? Thất bại ở ngay từ những người gần gũi mình nhất. Điều này từ xưa đến nay ở khắp mọi nơi đều không tránh khỏi, chỉ người thực sự có trí tuệ, thực sự có học vấn mới có thể nhìn ra được. Đức Phật dạy chúng ta trong tám nỗi khổ có [nỗi khổ vì phải] *"gặp gỡ kẻ oán ghét"*. Cho nên, nói chung đối với những người thân cận gần gũi, phải hiểu rõ lời Phật dạy về *"gặp gỡ kẻ oán ghét"*. Họ đều là những oan gia đối đầu của ta, đều đang chờ đợi cơ hội để báo thù.

Dùng phương pháp nào để giải trừ việc gặp gỡ kẻ oán ghét? Phải công chính, bình đẳng, liêm minh, liêm khiết. Những phẩm tính này đều là có trí tuệ, dùng trí tuệ để quan sát, dùng trí tuệ để xử lý vấn đề. Phải đặc biệt đề cao cảnh giác, tức là đối với những người thường gần gũi tiếp cận phải đặc biệt đề cao cảnh giác. Đối với những người thường gần gũi, phải vô tư vô cầu, tâm của chúng ta mới không thiên lệch. Bất kể là những người ấy có địa vị cao đến đâu, giàu có đến đâu, chúng ta đối với họ đều vô tư vô cầu, như vậy thì tâm của quý vị mới được bình lặng. Quý vị nếu theo thói thường, muốn dựa vào họ để hộ trì, dựa vào họ để hộ pháp, như vậy là xong rồi. Trước mắt tuy thấy có một chút lợi ích, rốt cùng về sau suy tổn rất lớn. Những trường hợp điển hình như vậy có quá nhiều, quá nhiều. Trong phần chú giải cũng nêu ra một số trường hợp, chúng ta không ngại xem qua nhiều để biết sự lợi hại.

Chư Phật, Bồ Tát sở dĩ có thể thành tựu đạo nghiệp, căn bản đều là ở chỗ vô tư, vô ngã. Trong kinh Kim Cang nói *"vô ngã tướng, vô nhân tướng, vô chúng sinh tướng, vô thọ giả tướng"*. Căn bản thành tựu đạo nghiệp chính là ở chỗ này. Trong pháp thế gian, nếu như xây dựng đức hạnh, kiến lập công nghiệp bất hủ cũng lấy đây làm nền tảng cơ sở. Nếu có mảy may tâm niệm vì riêng mình, thành tựu của quý vị không phải chân thật. Vì sao vậy? Điều này rất dễ hiểu. Đó là dối mình, dối người. Dối mình, dối người thì phải bị lật tẩy, phơi bày. Ví như trong một đời này của quý vị, che giấu rất khéo, không bị ai lật tẩy, phơi bày, thì sau khi chết rồi cũng sẽ bị người khác phơi bày ra. Sau khi bị người lật tẩy, phơi bày rồi thì không còn chút giá trị gì nữa cả.

Cho nên, công đức, sự nghiệp chân thật phải dùng tâm chân thành mà làm, quyết định không thể dùng tâm hư ngụy. Tâm hư dối không thành tựu được đức chân thật, công đức chân thật quyết định không thể thành tựu.

Vì thế, chúng ta đọc qua hai câu này [trong phần này], cảm xúc rất sâu xa. Trong phần chú giải, quý vị có thể tự mình đọc qua, tự mình phản tỉnh, đặc biệt là quan sát thật kỹ trong xã hội hiện thực này. Những sự việc như vậy luôn có ở quanh ta, không khó phát hiện. Đã làm người, bất kể là người hiền, kẻ ác, đều không thể không tiếp xúc.

Học theo chư Phật, Bồ Tát, học theo các bậc thánh hiền thì đối với người hiền, đối với kẻ ác, hết thảy đều phải dùng một tâm chân thành, bình đẳng, quyết định không có sự *"yêu ghét thiên lệch"*. Như vậy mới được.

Bài giảng thứ 183

(Giảng ngày 2 tháng 4 năm 2000 tại Tịnh Tông Học Hội Singapore, file thứ 184, số hồ sơ: 19-012-0184)

Thưa quý vị đồng học, cùng tất cả mọi người.

Xin mời mở sách *Cảm ứng thiên*, đoạn thứ 112: *"Việt đán việt táo. Khiêu thực khiêu nhân."* (Nhảy qua giếng, nhảy qua ông táo. Lựa chọn thức ăn, khinh thường người khác.) Những điều này, trong đời sống hằng ngày vẫn thường nhìn thấy.

Chữ *"việt"* là bước qua, nhảy ngang qua. Chữ *"đán"* là cái giếng. Giếng hiện nay so với giếng thời xưa không giống nhau. Giếng hiện nay đa phần đều là giếng nước sâu, dùng động cơ điện để đưa nước lên, nên không có hiện tượng nhảy qua giếng. Giếng thời xưa cạn hơn, chúng ta dùng thùng múc nước lên. Khi gặp giếng, nước giếng đó là lợi ích chúng sinh, người dân Trung quốc cũng dùng nước đó để cúng kính quỷ thần, cúng dường chư Phật, Bồ Tát. Nói cách khác, đó là chỗ thụ dụng lợi ích của chúng sinh, chúng ta đối với giếng nước phải có lòng tôn trọng. Cho nên không được nhảy ngang qua, bước qua giếng nước. Gặp nơi có giếng nước thì đi đường vòng qua, không được bước qua. Bước qua là bất kính.

"Táo" là bếp lò, bếp hiện nay so với trước đây cũng không giống. Trước đây dùng củi đốt, dùng cỏ khô, có khả năng hiện nay ở những vùng thôn quê nơi Trung quốc đại lục vẫn còn thấy được. Bước qua bếp lò, chuyện này so ra ít hơn nhưng không phải không có. Có những bếp lò nhỏ, thực sự là người ta cũng có khi bước ngang qua phía trên. Như vậy là bất kính. Chúng ta biết rằng, cung kính là đức của tự tánh. Cho nên, các bậc thánh hiền thế gian cũng như xuất thế gian đều

lấy đây làm môn học đầu tiên. Do đó có thể biết được tính quan trọng thiết yếu của tâm cung kính.

Quý vị xem trong nền giáo dục của Nho gia, vừa mở sách Lễ ký ra thì câu đầu tiên là: *"Khúc lễ viết, vô bất kính."* (Khúc lễ[1] nói: Không được bất kính.) Cho nên, học vấn của thế gian và xuất thế gian từ chỗ nào bắt đầu? Chính là từ sự cung kính mà bắt đầu làm. Quý vị không có tâm cung kính, dù quý vị làm gì cũng không thể thành tựu. Cho nên tôi thường nói, đối với người phải cung kính, đối với sự việc phải cung kính, đối với muôn vật cũng phải cung kính. Đó là đối với sự vật [còn phải cung kính]. Con người nếu xem thường bỏ mất tâm cung kính, không chỉ là đạo nghiệp không có triển vọng gì, cho đến sự nghiệp ở đời cũng không việc gì thành tựu.

Quý vị nhìn xem, những người có thành tựu, không cần phải nói đến những người tu hành trong Phật pháp, chỉ trong pháp thế gian thôi, những người có sự nghiệp thành tựu thì đều biết cung kính. Họ có thể cung kính người khác, người khác mới vì họ tận trung, mới vì họ gánh vác công việc. Nếu như cứ thường một mực ngồi trên chức vị cao, đối với những kẻ bên dưới luôn dùng mệnh lệnh quát tháo, người như vậy phước báo quyết định không lâu dài. Vì sao vậy? Khi quý vị đang có quyền thế, mọi người đều sợ sệt, không thể không phục tùng, vì muốn giữ lấy sự sống. Một khi quyền thế của quý vị suy vi, sẽ không còn ai lưu tâm đến quý vị nữa. Đặc biệt là trong xã hội hiện đại, không có đạo nghĩa, đó là tự chuốc lấy thất bại.

Giữa người với người, kết hợp với nhau là nhờ ân nghĩa. Cho nên, chúng ta thường thấy có những người khi làm việc thì to tiếng phô bày oai đức của mình, chỉ dẫn người khác, ra mệnh lệnh cho người khác làm việc, chúng ta vừa xem qua liền biết người như vậy phước mỏng, không có phước báo.

---

[1] Khúc lễ: một phần trong sách Lễ ký, nói về các nghi thức tế lễ, cúng kính.

Người có phước báo sâu nặng không phải vậy. Có việc thì tự mình làm, tự thân người ấy làm. Khi sai khiến thuộc hạ làm thì cử chỉ hết sức ôn hòa, cũng hết sức khiêm nhường. Những người già chúng tôi đều từng thấy các vị trưởng quan đối đãi với thuộc cấp, khi đưa văn thư xuống giao cho cấp dưới thay mình làm, luôn viết trong đó *"nhờ quý anh làm"*. Đối với thuộc cấp của mình vẫn gọi bằng *"anh"*. Cha tôi là một nhân viên công vụ, chức vị không cao, vị trưởng quan mỗi khi giao công việc cho ông làm thay vẫn luôn viết là *"xin nhờ anh của tôi"*, tôn trọng biết bao! Cho nên những người làm việc cảm ân, nhất định phải tận trung với trách nhiệm, thực hiện công việc thật tốt. Nếu mỗi khi có việc [quý vị] đều dùng đến quyền thế để ép buộc người khác, trong lòng họ không phục thì việc làm chỉ chiếu lệ, không dốc lòng, gây sự hỗn loạn, quý vị phải chịu trách nhiệm, họ không chịu trách nhiệm.

Các bậc hiền thánh dạy người là dạy những gì? Chính là dạy quý vị cách xử thế, cách đối đãi với người khác. Quý vị có thể quan hệ giao tế tốt đẹp với người khác thì các pháp thế gian hay xuất thế gian cũng đều thành tựu. Cho nên, đối với người khác, đối với sự việc, đối với muôn vật đều không thể vô lễ.

"Khiêu thực, khiêu nhân" (Lựa chọn thức ăn, khinh thường người khác), đều là những điều tội lỗi. Quý vị đọc sách Lễ ký, thời xưa nói lễ, thời nay không nói lễ. Theo tập quán của người Trung quốc, trong bữa ăn ngồi chung một chỗ, khác với người phương Tây. Người phương Tây tự lấy thức ăn rồi chia nhau ra đi ăn, có chỗ tốt. Tại Trung quốc mọi người cùng ngồi ăn một chỗ, thức ăn bày trên bàn ăn, quý vị nếu hiểu lễ nghĩa thì đều biết, người ăn lấy những thức ăn nào? Chỉ lấy những thức ăn ở gần chỗ mình ngồi, thức ăn đặt ở xa nhất định không lấy. Đó là lễ tiết. Ăn thức ăn không lựa chọn, người lựa chọn thức ăn là tham ăn, cũng là ăn nhiều.

Đặc biệt trong một bàn thức ăn, quyết định không lấy [thức ăn] từ nơi giữa bàn. Như vậy là hết sức vô lễ, bất kính. Phải lấy từ bên ngoài vào, quý vị ngồi ở bên nào thì lấy thức ăn gần bên đó, tuyệt đối không lấy thức ăn ở giữa. Hiện tại, những lễ tiết nhỏ nhặt này đã không còn ai nói đến, cũng không có người biết.

"Khiêu nhân" là đối với người khác có ý khinh thường, cao ngạo. Trong Phật pháp, hết thảy chúng sinh đều bình đẳng. Chư Phật, Bồ Tát nhìn hết thảy chúng sinh đều là Phật Như Lai. Cho nên, các vị Bồ Tát quả vị cao, các ngài tu theo hạnh Phổ Hiền. Hạnh Phổ Hiền không có sự phân biệt, bám chấp. Hạnh Phổ Hiền là hạnh bình đẳng. Các vị Bồ Tát thuộc Quyền giáo, các vị Thanh văn, Duyên giác cũng tu bình đẳng, thế nhưng còn chưa đạt đến sự bình đẳng chân thật. Vì sao vậy? Vì chưa dứt trừ hết vọng tưởng nên chưa thể đạt đến sự bình đẳng chân thật. Khi dứt trừ hết vọng tưởng, tâm bình đẳng mới hiển lộ. Cho nên, chúng ta hiện nay tu học, vọng tưởng chưa dứt trừ, vẫn học, nỗ lực hết sức học, hướng đến gần sự bình đẳng, như vậy là tốt rồi. Không thể không học, có học thì ít nhiều cũng có sự tiến bộ.

Trong câu này nói đến bốn sự việc: [nhảy qua giếng, nhảy qua ông táo, lựa chọn thức ăn, khinh thường người khác], nói tóm lại là những điều chúng ta gọi là bất kính. Quý vị đánh mất đi *"tâm cung kính, ý cung kính, đức cung kính"*. Không nên cho đây là chuyện nhỏ, bất kính chuyện nhỏ liền phải gặp ngay tai nạn lớn. Cho nên, các bậc thánh hiền đều từ nơi những chuyện hết sức nhỏ nhặt vi tế, chú tâm cẩn thận, từ chỗ này mà bắt đầu tu tập.

Chúng ta xem tiếp theo, đoạn thứ 113: *"Tổn tử đọa thai, hành đa ẩn tích."* (Phá thai hại con, việc làm nhiều ám muội.) Phá thai là giết người. Không phải giết người ngoài, là giết con mình. Con cái là tình chí thân, tội này hết sức nặng.

Người đời hiện nay thường xem nhẹ bỏ qua. Sự việc này oan oan tương báo, thật hết sức nghiêm trọng!

Con cái tái sinh vào nhà quý vị, trong Phật pháp giảng rất rõ ràng, là do một trong bốn loại duyên mà tìm đến. Đó là: báo ân, báo oán, đòi nợ, trả nợ. Nếu đứa con vì báo ân mà đến, quý vị giết chết đi, hóa thành mối oán thù, trong tương lai sẽ lấy oán báo ân. Nếu đứa con vì báo oán mà đến, mối oán thù đó càng thêm sâu nặng hơn, sự độc hại về sau thật không cách gì tưởng tượng ra được. Nếu đứa con đến vì trả nợ, quý vị giết chết nó đi, từ việc trả nợ lại kết thành oán cừu. Nếu đứa con đến vì đòi nợ, quý vị giết nó đi, trong chỗ oán hận lại tăng thêm mối thù hại mạng, càng nghiêm trọng. Hậu quả thật không dám nghĩ đến.

Người đời không nhìn thấy được, không biết là nhân quả tương thông trong cả ba đời [quá khứ, hiện tại và tương lai], không biết là những nghiệp tội nhất thời tạo ra sẽ chiêu cảm mối họa về sau đời đời kiếp kiếp. Những việc như vậy sao có thể làm được?

"Hành đa ẩn tích." (Việc làm nhiều ám muội.) Phạm vi bao quát của câu này hết sức rộng lớn. *"Ẩn tích"* là gì? Là những gì quý vị nói năng, hành động đều là những chuyện không thể cho người khác biết. Thế nhưng người học Phật chúng ta đều biết, những người tin Phật đều biết, đó là *"ngẩng đầu ba thước có thần minh"*. Quý vị có thể che giấu lừa dối người ngu ở đời, nhưng ở đời còn có những người có đức hạnh, có trí tuệ, quý vị không có cách gì che giấu lừa dối được họ. Huống chi đối với quỷ thần trong trời đất?

Cho dù quý vị khéo che giấu, có thể trong một đời này không bị bại lộ, không một người nào biết được, cũng phải biết rằng quý vị không trốn thoát được sự trừng phạt của trời. Kết quả gieo nhân ác gặp quả báo ác, quý vị không có cách gì né tránh được. Quý vị nhất định phải nhận lãnh. Gieo nhân lành được quả lành, gieo nhân ác nhận quả báo ác.

Cho nên đức Phật dạy người phát lộ sám hối. Phát lộ sám hối là gì? Là tuyệt đối không che giấu, lừa dối. Làm việc sai trái thì hướng về đại chúng mà sám hối, hướng về đại chúng mà xin lỗi. Vì thế, trước đây mấy năm chúng ta thấy báo chí đăng tin Giáo hoàng La Mã công khai sám hối trước nhân loại khắp thế giới, cầu xin Thượng đế tha thứ cho những tội lỗi mà tín đồ Thiên chúa giáo đã mắc phải, đặc biệt là những lỗi lầm đối với các tôn giáo khác. Điều này thật rất khó làm.

Ở Trung quốc, người xưa có câu: *"Nhân phi thánh hiền, thục năng vô quá? Quá nhi năng cải, thiện mạc đại yên."* (Người chưa thành bậc thánh hiền, sao có thể không phạm lỗi? Nhưng phạm lỗi biết sửa thì không gì tốt hơn.) Hành vi [sửa lỗi] như vậy là vô lượng vô biên công đức, dạy người không sợ việc làm sai trái, chỉ sợ làm sai rồi không biết sám hối, không dám đối mặt với đại chúng sám hối. Lỗi lầm như vậy càng nặng hơn.

Cho nên, trong tôn giáo dạy người tu hành, nếu phải quy nạp lại thành một cương lĩnh chung thì đó là hai chữ *"sám hối"*. Trong mười nguyện Phổ Hiền có *"sám trừ nghiệp chướng"*. Để sám hối lỗi lầm, quý vị có thể hướng về đại chúng nói rõ, đại chúng quở trách quý vị, đó là chịu quả báo xong. Đó gọi là tội nặng quả báo nhẹ. Nếu như làm việc xấu ác rồi che giấu lừa dối, việc ác ấy càng về sau càng sâu nặng, quả báo trong tương lai thật không dám nghĩ đến.

Ngược lại, phần trước của *Cảm ứng thiên* dạy chúng ta khi làm hết thảy mọi điều lành, không nên cho người khác biết. Đó gọi là tích âm đức, quả báo [tốt đẹp] của âm đức rất sâu dày. Làm việc tốt nói rộng ra cho mọi người đều biết. Người khác thấy biết được, cung kính quý vị, ngợi khen quý vị, như vậy là hưởng quả rồi. Chỉ những người ngu trong đời mới làm như vậy. Người có trí tuệ tuyệt đối không làm như vậy. Chúng ta ở đạo trường Cư Sĩ Lâm, trong số quý vị đồng tu có không ít người làm nhiều việc tốt đẹp, thực sự là làm việc tốt đẹp, tuyệt đối không nói ra, chỉ lặng lẽ mà làm, không một ai biết được. Những lúc chúng ta muốn ngợi khen tuyên dương họ thì họ không làm. Những người như vậy thật khả ái, họ hiểu rõ lý lẽ.

Cho nên, người thực sự hiểu đạo lý, thực sự tu hành thì có bao nhiêu lỗi lầm đều nói ra cho mọi người biết. Người khác có một lời quở trách, nói một tiếng tha thứ, như vậy là chịu quả báo xong. Quả báo xấu ác nên nhanh chóng nhận lấy, không nên đợi đến đời sau. Quả báo hiền thiện tốt nhất không nên nhận hưởng trong hiện tiền, lưu lại đến đời sau, con đường tương lai của quý vị tươi sáng rỡ ràng. Đó là điều người thông minh mới làm được.

Đoạn này phần chú giải rất dài, do đó có thể biết được tính nghiêm trọng của lỗi lầm này. Quý vị xem trong phần chú giải hai chữ *"ẩn tích"*: "Không chỉ là một việc, như những chuyện thuộc loại gian dối, trộm cắp, tà dâm... nói chung đều là không thể cho trời biết, không thể nói ra với người khác. Hết thảy như vậy đều thuộc về lỗi này." Những việc như thế này có rất nhiều, rất nhiều. Nói cách khác, hết thảy đều là những việc hại người lợi mình.

"Hại mình lợi người" là chúng ta tùy thuận theo người đời mà nói, không đúng thật như vậy. [Phải nói,] đã hại người thì nhất định không thể lợi mình, như vậy mới đúng sự thật. Tổn hại cho người là hại mình, hại chính mình đọa vào ba đường ác, hại chính mình đọa vào địa ngục, có chỗ nào là lợi mình? Trước mắt được những lợi ích gì? Đó gọi là *"chút lợi nhỏ như đầu ruồi"*, như *"giọt mật trên lưỡi dao"* [liếm vào đứt lưỡi]. Trong kinh Phật thường nêu những ví dụ này, ý nói tai họa tổn hại vô cùng.

Điều này ai biết được? Chỉ có đức Phật rõ biết. Đức Phật từ bi vì chúng ta nói ra, khuyên bảo khuyến khích ta nhất định không được phạm vào những lỗi lầm này. Đã lỡ phạm vào thì phải sám hối, phải sửa lỗi. Chưa phạm vào thì quyết định không thể phạm vào. Phải biết rằng việc này là hết sức nghiêm trọng. Trước mắt bất kể thấy bày ra những lợi ích gì cũng đều không thể làm. Phải biết rằng những họa hoạn [về sau] so với lợi ích trước mắt này không chỉ là gấp muôn ức lần, sao có thể mưu cầu chút lợi ích nhỏ mà làm những chuyện suy tổn phước đức như thế này, làm chuyện xấu ác như thế này?

Đoạn này chúng ta giảng đến đây xong. Đoạn tiếp theo bắt đầu nói về những lỗi lầm bất kính với thần minh trong trời đất.

Hôm nay thời gian đã hết, chúng ta giảng đến đây thôi.

Bài giảng thứ 184

(Giảng ngày 4 tháng 4 năm 2000 tại Tịnh Tông Học Hội Singapore, file thứ 185, số hồ sơ: 19-012-0185)

Thưa quý vị đồng học, cùng tất cả mọi người.

Xin mời mở sách *Cảm ứng thiên*, đoạn thứ 114: *"Hối lạp ca vũ. Sóc đán hiệu nộ. Đối bắc thế thóa cập nịch. Đối táo ngâm vịnh cập khốc."* (Ca múa vào những ngày cuối tháng, cuối năm. Khóc lóc quát giận sáng sớm ngày đầu tháng. Quay về hướng bắc hỉ mũi, khạc nhổ, tiểu tiện. Ngâm vịnh, khóc lóc trước bếp lò.)

Những đoạn từ đây về sau, từ đoạn 114 đến đoạn 118 là nói về những điều xấu ác *"bất kính với thiên thần"*, cả thảy bốn đoạn từ 114 đến 117, riêng đoạn thứ 118 là tổng kết.

Trong đời hiện đại, nói đến quỷ thần trong trời đất người ta đều không tin, đều cho đó là mê tín. Thế nhưng thực tế trong xã hội cũng có rất nhiều hiện tượng mâu thuẫn, quý vị nói là không có, nhưng rất giống như có, ví như luân hồi chuyển thế, như những chuyện kỳ quái không thể nghĩ bàn, vượt hẳn bên ngoài kiến thức thông thường của người đời, nhưng vẫn thường có. Chúng ta xem trên báo chí, xem tin tức vẫn thường thấy được, rốt cùng là có thật hay không? [Những sự việc ấy] là tồn tại hay không tồn tại? Những người có học thức thời xưa không đưa ra kết luận, vẫn để tồn nghi. Những sự việc này không hề rõ ràng, phải tiếp tục quan sát không ngừng, phải nghiên cứu, không thể đưa ra luận điểm nhất định. Thế nhưng người đời ngày nay họ khẳng định những điều này là mê tín, là hư dối không có thật.

Các nhà khoa học chân chính, khi tôi ở phương Tây [được biết], hầu như phương Tây có rất nhiều nhà khoa học lớn, hết thảy đều tin sâu vào tôn giáo. Họ tin có thượng đế, tin có thần linh. Trung quốc, Ấn Độ, Ai Cập, là những quốc gia [có từ] thời thượng cổ của thế giới, có lịch sử văn hóa lâu đời, có thể nói là đã tích lũy nhiều ngàn năm kinh nghiệm, nhiều ngàn năm học thuật, cho chúng ta biết rằng những việc này là có thật. Cách nói của các nhà khoa học hiện đại cùng với lời dạy của các bậc hiền thánh xưa, đích thực là không hề toan tính mà tự nhiên có chỗ phù hợp nhau. Các nhà khoa học không gọi là quỷ thần mà gọi là sinh vật trong các chiều không gian khác. Khoa học đích thực đã chứng minh được là không gian có nhiều chiều khác biệt. Lão cư sĩ Hoàng Niệm Tổ trong phần cuối bản chú giải kinh Vô Lượng Thọ có đưa vào phụ lục một bản văn. Ông là một nhà khoa học, cũng có dạy một môn khoa học tại trường Đại học Thiên Tân. Trong bản văn phụ lục này nói rõ, các nhà khoa học phương Tây đã chứng thực được sự tồn tại của mười một chiều không gian khác nhau. Chúng ta thường nói không gian ba chiều, bốn chiều, năm chiều... cho đến không gian mười một chiều là các nhà khoa học đã chứng minh được, quả thật tồn tại.

Theo lý luận mà nói, các chiều không gian là vô tận. Theo lý luận nói là vô tận, trong thực tế đã chứng minh thật có mười một chiều không gian khác biệt. Cũng giống như cái tivi của chúng ta, khi chứng minh được có mười một tần số khác biệt, tần số khác biệt thì [băng tần] này không biết đến [băng tần] kia, hai bên không thể nhìn thấy nhau.

Nói chung, những sinh vật ở các chiều không gian cao hơn có trí tuệ cao hơn, có thể biết được các chiều không gian thấp hơn. [Sinh vật trong] các chiều không gian thấp hơn quyết định không thể biết được [sinh vật ở] các chiều không gian cao hơn. Cũng giống như động vật, các loài rất thấp kém như sâu, bọ, trùng, kiến, vi sinh vật... đời sống của chúng là trong không gian hai chiều. Tức là trong cảm giác nhận biết của chúng chỉ có chiều dài và chiều rộng, hoàn toàn không có chiều cao. Cho nên, con kiến bò lên đến tận nóc nhà của chúng ta, chúng ta không biết làm sao nó lên cao được như vậy? Vì nó không có cảm giác nhận biết về độ cao. Chúng ta có cảm giác, nhận biết về độ cao, đó là sinh vật thuộc không gian ba chiều. Cho nên chúng ta có thể biết đến các loài sâu, bọ, trùng, kiến... mà chúng không biết đến ta. Vì vậy, chúng ta từ chỗ này phải liên tưởng, suy lường, so sánh các sinh vật ở các chiều không gian cao hơn với ta cũng giống như chúng ta nhìn loài kiến. Họ có thể nhìn thấy chúng ta, ta không có cách gì biết được sự tồn tại của họ. Điều này đem so với quỷ thần được nói trong truyền thuyết xa xưa hoàn toàn phù hợp, hết sức gần gũi, chỉ là tên gọi khác nhau thôi, thực sự là chính xác hoàn toàn như nhau.

Nếu chúng ta miễn cưỡng dùng Phật pháp để so sánh tương thông, quý vị phải nghe kỹ, đây chỉ là miễn cưỡng so sánh thôi, các nhà khoa học nói có mười một chiều không gian khác biệt, trong Phật pháp chúng ta nói có mười pháp giới, mỗi một pháp giới không gian thời gian đều không giống nhau. Thế nhưng nói như vậy thì cần phải chứng minh, cần phải chứng thực. Các nhà khoa học có thực sự hiểu được là có sự tồn tại của mười pháp giới hay không? Nhưng trong Phật pháp đối với mười pháp giới giảng giải hết sức thấu triệt, so ra rõ ràng sáng tỏ hơn bất kỳ tôn giáo nào khác.

Trước đây khi tôi ở tại Đài Loan, gần nhà của Hàn Quán trưởng có một nhà thờ Thiên chúa giáo. Vị linh mục ở nhà thờ đó cũng là một học giả, tên Phương Hào, ở Đài Loan rất nhiều người biết tiếng. Ông là Viện trưởng của Viện Đại Văn Học. Tôi quen biết rất thân. Tôi đưa cho ông ấy mượn [kinh điển trong] Đại Tạng Kinh để xem. Sau khi xem, ông bảo tôi: "[Đạo Phật của] quý vị, đối với việc ghi chép về thiên đường, trong quyển kinh này ghi chép tường tận, chi tiết hơn so với Thánh kinh của chúng tôi, giống như đã từng đến đó rồi."

Tôi đáp: "Không sai. Quý vị chưa từng đến thiên đường, chỉ nghe nói thôi nên nói lại không được tường tận chi tiết. Chúng tôi thực sự đã đến đó rồi, cho nên ngay cả những trạng huống đời sống trên cõi trời cũng đều nói rất rõ ràng."

Điều này chứng minh quỷ thần trong trời đất đích thực có tồn tại. Chúng ta đối với những chúng sinh trong các chiều không gian khác phải tôn kính.

Trong mấy đoạn văn này đều là nói về sự bất kính, con người đối với quỷ thần trong trời đất không tôn kính. Quỷ thần trong trời đất là chúng sinh, không phải Phật, Bồ Tát. Họ cũng có sự mừng, giận, thương yêu, vui thích. Nói cách khác, họ vui mừng hoan hỷ thì khen ngợi quý vị, giúp đỡ hỗ trợ quý vị. Họ không hoan hỷ thì sẽ lìa xa quý vị, không hỗ trợ giúp đỡ quý vị.

Con người khẩn cầu quỷ thần trong trời đất che chở, bảo vệ, giúp đỡ, cũng là có điều kiện, không phải vô điều kiện. Vô điều kiện thì chỉ có trong Phật pháp Đại thừa, chư Phật, Bồ Tát hỗ trợ giúp đỡ người là không có điều kiện. Nói cho quý vị biết, quỷ thần trong trời đất giúp đỡ hỗ trợ người ta là có điều kiện. Vì sao vậy? Vì chưa ra khỏi sáu đường [luân hồi], chúng ta phải hiểu rõ ý nghĩa này. Phần chú giải của đoạn này, hy vọng quý vị sẽ chú tâm xem qua một lượt.

"Hối" là kết thúc một tháng, *"lạp"* là kết thúc một năm. Ngày cuối cùng của một tháng không có ánh trăng, *"lạp"* là ngày cuối cùng của một năm. Về ngày này, trong phần chú giải nói theo Đạo giáo: *"Đây là ngày Tư mệnh Táo quân tâu lên [Ngọc Hoàng] những điều có công hay có tội của người đời."*

Hiện tại chuyện này không còn nữa. Khi tôi còn nhỏ, đây là tập tục của người Trung quốc, bất kể là thành thị hay thôn quê, mỗi nhà đều có bếp riêng. Bếp lò thời đó đốt bằng củi, cho nên có những người tiều phu lên núi đốn củi, gánh về thành thị để bán. Chúng ta đọc Đàn Kinh của Lục tổ, thấy ngài Huệ Năng là một tiều phu, đốn củi mang đến thành thị bán.

Tôi vẫn còn nhớ lúc tôi được mười ba, mười bốn tuổi, ở Kiến Âu thuộc Phúc Kiến. Trong thành thị này không có nước tự nhiên, nước cũng phải mua, có người gánh nước, gánh củi đi trên đường để bán. Cho nên, vào thời ấy bếp lò đều đốt bằng củi. Về sau, tôi đến Đài Loan. Đài Loan so ra tiến bộ hơn, đốt bằng than đá, so với đốt bằng củi thì tiến bộ hơn nhiều. Cho nên, ở các bếp lò đều có chỗ để thờ cúng Táo thần. Khi làm bếp lò, nói chung đều có một khối đất nung lớn, rỗng ruột, dùng như một khám thờ nhỏ trong đó thờ cúng Táo thần. Hai bên Táo thần có một đôi liễn, hai câu đối ghi trên liễn thường giống nhau, nói chung phổ biến khắp Trung quốc, đó là hai câu: *"Lên trời tâu việc tốt, xuống đất giữ bình an."* Cho nên, ngày trước Trung quốc đối với Táo thần hết sức cung kính. Hiện nay những điều này đều không còn nữa.

Vì vậy có người hỏi tôi, hiện tại không thờ cúng Táo thần nữa, vậy Táo thần có còn hay không? Đối với việc này, không thể nói rằng quý vị có thờ cúng thì mới có, không thờ cúng thì không có. Nếu nói như vậy là đúng thì việc này thật quá dễ dàng rồi. Chúng ta đối với quỷ thần trong trời đất hết thảy không thờ cúng, như vậy họ trở thành không có hay chăng? Dù không thờ cúng, họ vẫn có đó, không phải là không có. Xem trong các sách của Đạo gia, xem trong các truyền thuyết của Trung quốc thời xưa, nơi cửa có thần cửa, cũng là cư ngụ cùng một nơi. Nếu thừa nhận các vị thần ấy thì cũng giống như một nhà chúng ta có rất nhiều người, mọi người cùng sống chung một nhà, người với quỷ thần cùng sống chung. Tuy với con người không cùng tần số, nhưng không thể nói là không có quan hệ. Đích thực là có mối quan hệ vi diệu tồn tại trong đó. Do vậy mà các bậc hiền thánh xưa dạy ta phải cung kính.

Chữ *"lạp"*, nói theo tập tục có năm loại, chỗ này có ghi chép lại: "Ngày mồng một tháng giêng gọi là *'thiên lạp'*, ngày mồng năm tháng năm gọi là *'địa lạp'*, ngày mồng bảy tháng bảy gọi là *'đạo đức lạp'*, ngày mồng một tháng mười gọi là *'tuế lạp'*, ngày mồng tám tháng mười hai gọi là *'hầu vương lạp'*." Đó là *"ngũ lạp"* của Trung quốc. Hiện tại cách nói như vậy rất ít người biết, cũng không có người giảng nói. Tôi nghĩ, trừ ra những người đoán mệnh, xem tướng, xem phong thủy vẫn còn nói đến, ngoài ra những trường hợp khác đã không còn ai nói đến nữa.

Chúng ta ngày nay đọc qua một đoạn này, nhận hiểu được đại ý trong đó. Nho gia dạy chúng ta, quý vị xem sách *Lễ ký*, *Lễ ký tinh hoa lục*, mọi người ở đây đều có. Quý vị xem ngay chương đầu tiên, hàng đầu tiên đã có một câu: *"Khúc lễ nói: Không được bất kính."* Trong Phật pháp, Phật dạy chúng ta "đối với người, đối với sự, đối với vật". Phạm vi của vật bao quát cả quỷ thần trong trời đất. Phạm vi của vật rất lớn, trong đó bao quát cả mười pháp giới. Phạm vi của người chỉ khái quát trong một pháp giới, cõi người. Đối với người, đối với sự, đối với vật đều phải cung kính.

Đạo giáo dạy người cung kính quỷ thần trong trời đất, mục đích là để gần điều lành, xa điều dữ, mong cầu quỷ thần trong trời đất ban phúc, che chở giúp đỡ. Trong Phật pháp Đại thừa dạy chúng ta hết thảy đều cung kính. Trong nghi lễ sám hối chúng ta thường niệm *"nhất tâm đảnh lễ, nhất thiết cung kính"*, ý nghĩa này từ đâu mà có? Là từ nguyện thứ nhất trong mười nguyện Phổ Hiền: *"Lễ kính chư Phật."*

Ý nghĩa này trong Phật pháp giảng rất sâu xa, giảng rất thấu triệt, muôn hình vạn tượng trong hư không, cho đến hết thảy chúng sinh đều là sự lưu xuất hiển lộ từ đức của tự tánh, cung kính là sự mở rộng đức của tự tánh. Chúng ta học Phật, mục tiêu cuối cùng là phải *"minh tâm kiến tánh"* (sáng rõ tâm ý, thấy được tự tánh), quý vị nếu không từ chỗ này nỗ lực tu học thì việc *minh tâm kiến tánh* thật rất khó khăn.

Mười nguyện Phổ Hiền là mười phương pháp, là điều kiện cơ bản nhất của việc *minh tâm kiến tánh*. Đến giai đoạn Phổ Hiền, mục đích là *thấy tánh thành Phật*. Giai đoạn trong Đại thừa là chỉ các địa vị của hàng Bồ Tát, mục tiêu còn chưa xác định nơi quả Phật viên mãn. Mong cầu của người tu tập Đại thừa là quả vị *Đăng địa*, cũng là địa vị thứ mười một của hàng Bồ Tát.[1] Đạt đến quả vị đó không phải là quả Phật rốt ráo viên mãn. Thế nhưng mục tiêu của [hạnh nguyện] Phổ Hiền là quả Phật rốt ráo viên mãn. Nói cách khác, phải dùng tánh đức rốt ráo viên mãn thì mới có thể làm sáng tỏ quả Phật rốt ráo viên mãn. Ý nghĩa là ở chỗ này.

Hai chữ *"sóc đán"*, *sóc* là ngày mồng một, *đán* là lúc sáng sớm, lúc mặt trời vừa mới nhô lên khỏi núi. Đây là nói sự cung kính đối với các vị thần trăng, sao, mặt trời. Phương bắc là phía trên, chúng ta ở Bắc bán cầu thì phía trên là phương bắc, ở nam bán cầu thì phía trên là phương nam. Chỗ này chúng ta thấy được địa cầu tự xoay chung quanh trục giữa. Ban đêm những lúc trời trong sáng, quan sát các vì sao trên trời, quý vị thấy hết thảy các vì sao đều xoay chuyển, chỉ riêng sao Bắc cực không di chuyển. Phương không chuyển động đó được gọi là phương trên. Đối với bề trên phải cung kính, ý muốn nói là như vậy. Hỉ mũi, nhổ nước bọt đều là những hành vi bất kính.

Táo thần là vị thần chủ tư mệnh. Con người lấy việc ăn uống là quan trọng nhất, nuôi dưỡng sinh mạng thì quan trọng thiết yếu nhất là việc ăn uống. Đây tức là đối với việc

---

[1] Theo kinh Giải Thâm Mật thì địa vị thứ 11 này là Phật địa, 10 địa vị trước đó là Thập địa của hàng Bồ Tát bao gồm: Cực hỷ địa, Ly cấu địa, Phát quang địa, Diệm huệ địa, Cực nan thắng địa, Hiện tiền địa, Viễn hành địa, Bất động địa, Thiện huệ địa, Pháp vân địa.

ăn uống phải tôn trọng, không thể phóng túng bừa bãi, không thể khinh chê xem thường, phải bồi dưỡng đức tánh cung kính của mình. Có thể tôn kính muôn vật trong trời đất, đối với muôn vật trong trời đất quý vị có thể tôn kính, đương nhiên đối với con người quý vị cũng tôn kính. Đối với con người quý vị tôn kính thì đối với các bậc cha mẹ, trưởng bối, đương nhiên quý vị biết tôn kính, quý vị hiểu được tôn chỉ, ý nghĩa giáo dục của các bậc hiền thánh xưa là ở chỗ nào. Sự giáo dục đó là tốt đẹp, không thể xem đó là mê tín. Ví như đó là mê tín thì hiệu quả cũng là hết sức thù thắng tốt đẹp. Huống chi trí tuệ của chúng ta, kinh nghiệm, hiểu biết thường thức của chúng ta đều chưa đạt được. Sau khi đạt được rồi mới hiểu được chân tướng sự thật, những lời dạy của thánh hiền là có ý nghĩa, không phải là không có ý nghĩa. Ý nghĩa này rất sâu xa, ý nghĩa này rất rộng, nếu chúng ta chú tâm thể hội, vận dụng vào thực tế, đối với sự tu trì của bản thân, chúng ta gọi là công phu đắc lực, tự nhiên liền có hiệu quả.

Ngày nay chúng ta tu hành công phu không đắc lực, nguyên nhân tại đâu? Điều này nhìn qua có thể hiểu được. Cho nên tôi thường nói, chúng ta đều thuận theo cảm tình, thuận theo tình chấp, không thể thuận theo những lời răn dạy của chư Phật, Bồ Tát. Lỗi lầm của chúng ta chính là ở chỗ này.

Hôm nay thời gian đã hết, chúng ta giảng đến đây thôi.

Bài giảng thứ 185

(Giảng ngày 5 tháng 4 năm 2000 tại Tịnh Tông Học Hội Singapore, file thứ 186, số hồ sơ: 19-012-0186)

Thưa quý vị đồng học, cùng tất cả mọi người.

Xin mời mở sách *Cảm ứng thiên*, đoạn thứ 115: *"Hựu dĩ táo hoả thiêu hương. Uế sài tác thực. Dạ khởi lõa lộ. Bát tiết hành hình."* (Lại dùng lửa trong bếp để thắp hương. Dùng củi dơ đun nấu thức ăn. Giữa đêm thức dậy lõa lồ. Hành hình vào tám ngày phân tiết.)

Những điều này đều nói việc đối với quỷ thần trong trời đất không tôn kính.

Hiện tại trong thời đại của chúng ta, có khả năng là ở những vùng lạc hậu, chậm tiến vẫn còn sử dụng bếp lò, thế nhưng dùng lửa bếp để thắp hương thì đã rất hiếm thấy. Trong quá khứ có thể có việc này, nhưng cũng không có nhiều.

"Dùng củi dơ đun nấu thức ăn", tức là dùng nhiên liệu, chất đốt không sạch sẽ. Trước đây, nhiên liệu được dùng là củi đốt, củi cũng phải sạch. Bất kể là làm việc gì cũng đều phải giữ sự cung kính. Giữ lòng chân thành, cung kính thực sự là những nguyên nhân giúp đỡ hỗ trợ chúng ta *minh tâm kiến tánh* (sáng rõ tâm ý, thấy được tự tánh), đây là những nguyên nhân chủ yếu.

Điều trước tiên của tánh đức là cung kính, thành kính. Trong mười nguyện của Bồ Tát Phổ Hiền thì nguyện thứ nhất là *"Lễ kính chư Phật."* Hết thảy những điều này đều nằm trong phạm vi *"lễ kính chư Phật"*. Bởi vì nói đến *"chư Phật"* không chỉ là Phật trong quá khứ và hiện tại, mà còn là Phật trong tương lai, tức là hết thảy chúng sinh hữu tình, vô tình đều bao quát trong đó. Cho nên, đối với hết thảy người, hết thảy sự việc, hết thảy sự vật đều phải đem tâm bình đẳng mà lễ kính, chân thành lễ kính, thanh tịnh lễ kính, như vậy thì đức của tự tánh mới tỏ rạng, hiện ra. Đối với một phần cung kính, một phần khác không cung kính thì đức của tự tánh không thể khai mở hiển bày.

Cho nên, quý vị muốn chứng đắc Pháp thân Đại sĩ thì quý vị nhất định phải học. Không có mong muốn thoát ra ngoài ba cõi, không mong muốn ra khỏi mười pháp giới thì tâm thành kính không thể đạt đến trình độ đó. Nếu thực sự mong muốn ra khỏi mười pháp giới, muốn chứng đắc pháp giới nhất chân thì quyết định phải học, nhất định phải hết sức nỗ lực học.

Trong phần chú giải nói rất tường tận, chi tiết, đa phần đều là những chuyện cũ trước đây. Hiện tại khoa học kỹ thuật tiến bộ, chúng ta có dùng lửa, nhưng hiện nay việc dùng củi đốt lửa so ra rất hiếm, củi đốt cũng khá sạch.

Trong phần chú giải trích dẫn một đoạn trong *Chư kinh tập yếu*. Đoạn này tôi đọc qua thấy rất hay. *"Nhân nơi sự mà hiểu ra được lý."* Đây là nói một quá trình tu học thông thường, vì sao việc tu hành phải xem trọng nơi sự tướng? Vì sự tướng hỗ trợ cho quý vị khai ngộ, hỗ trợ quý vị minh tâm kiến tánh. Cho nên, nhất định phải *"dựa vào sự tướng để đi đến chân lý"*. Dụng ý chính là ở chỗ này.

Điều này chúng ta nhất định phải hiểu rõ, đây không phải là mê tín. Cho nên, phần bên dưới nói *"chiêm ngưỡng thánh dung"*, đó là nói đến hình tượng của chư Phật, Bồ Tát. Chúng ta thờ cúng hình tượng chư Phật, Bồ Tát, dụng ý là ở chỗ nào? Nếu có người hỏi, quý vị phải trả lời được rõ ràng. Cúng dường hình tượng chư Phật, Bồ Tát là *"mượn hương hoa để dâng lên cúng dường"*. Hương hoa là tiêu biểu cho tâm ý thành kính của chúng ta. Hương và hoa đều phải sạch sẽ thanh tịnh, không được nhơ nhớp. Nhất định phải được xử lý thật sạch sẽ, tinh khiết. Trong nhà Phật gọi là hết sức trang nghiêm. Đó là biểu thị tâm cung kính của chúng ta.

Tiếp theo [trong chú giải] lại nói: *"Phật dạy rằng, sau khi đức Như Lai nhập Niết-bàn."* Đây là đức Thế Tôn nói cho chúng ta biết, sau khi đức Phật Thích-ca Mâu-ni nhập Niết-bàn. *"Nếu như có người lấy một cành hoa, một nén hương, dùng để cúng dường."* Một cành hoa, một nén hương là ít, số lượng ít, chỉ dùng một cành hoa, một nén hương, đó là nói ở mức ít nhất. *"Dùng một vốc nước, làm cho tinh sạch không còn cáu bẩn, nhấc chân một bước hướng đến trước [hình tượng] chư Phật, niệm một tiếng 'Nam-mô Phật'. Người [cúng dường] như vậy chắc chắn không đọa vào ba đường ác."* Đây là nói về công đức của sự lễ kính [chư Phật].

Trong đoạn này có một câu quan trọng thiết yếu nhất, chúng ta nhất định không được sơ sót bỏ qua: *"Làm cho tinh sạch không còn cáu bẩn."* Quý vị xem qua cách làm này, đây là mượn hình tượng bên ngoài làm phương tiện để trừ bỏ những tâm niệm không thanh tịnh của mình. *"Tâm thanh tịnh ắt cõi Phật thanh tịnh."* Lại còn niệm Phật: *"Niệm một tiếng Nam-mô Phật."* Đây chính là quy y Tam bảo. *"Nam-mô"* mang nghĩa là quy y, đương nhiên không còn đọa vào ba đường ác. Ví như có tạo nghiệp đọa vào ba đường ác, người này cũng không duyên theo, hiện tiền chỗ duyên theo của người này thù thắng, tâm duyên theo Tam bảo, không duyên theo ba đường ác.

Nghiệp nhân đưa vào ba đường ác, quý vị phải ghi nhớ, chính là tham, sân, si, mạn. Cho nên bản thân chúng ta trong đời sống bình thường phải nuôi dưỡng thành một thói quen tốt đẹp, luôn chỉnh tề, khiết tịnh, thanh khiết, thanh tịnh. Phải nuôi dưỡng tập quán, thói quen này. Nuôi dưỡng được tập quán như vậy rồi, quả báo nhất định không đọa vào ba đường ác.

Quý vị phải biết rằng ba đường ác là nhơ nhớp, ô uế. Người thường chúng ta gọi là dơ bẩn, hỗn độn. [Các cảnh giới] ngạ quỷ, địa ngục chúng ta chưa nhìn thấy, ta thấy được cảnh súc sinh. Môi trường sống của súc sinh thật là hỗn độn. Hành vi của chúng ta nếu so với loài súc sinh không khác biệt nhiều, đó là đọa vào cảnh giới súc sinh. Có phần nặng hơn, đó là vào cảnh giới ngạ quỷ, địa ngục. Điều này không thể không rõ biết, không thể không cẩn thận.

Hương cúng Phật, quý vị cần ghi nhớ, nhất định phải là loại hương tốt. Trước đây khi ở Đài Loan, tôi biết có rất nhiều người làm hương, nhiều cửa hàng mua bán hương, có rất nhiều nơi dùng những chất dơ bẩn để làm thành hương. Những loại hương này khi thắp lên tỏa khói, người hiện nay gọi là không hợp vệ sinh, chúng ta hít phải vào, đối với con người còn có hại, sao có thể mang đến cúng Phật?

Vì sao những người bình dân thường mua loại hương này? Vì giá bán rẻ, dễ mua. Nếu như trong các chùa lại bán loại hương này cho tín đồ để mang cúng Phật, Bồ Tát, tội lỗi này rất lớn. Trước đây tôi từng thấy trong các chùa có những người xuất gia mua các loại hương rất rẻ tiền, vẫn biết là hương ấy được làm từ những chất liệu thành phần không tốt, nhưng tham giá rẻ dễ mua. Mua loại hương tốt thì một cân đến mấy ngàn đồng, thậm chí hiện tại Đài Loan còn có loại đến mấy chục ngàn đồng một cân. Đó là dùng đàn hương, dùng nam mộc, những chất liệu tốt [để làm thành]. Cho nên, hương không cần phải đốt rất nhiều, chỉ một cây là đủ. Điều này chúng ta phải biết chọn lọc.

"Dùng củi dơ đun nấu thức ăn." Điều này ở đô thị ngày nay không có. Chúng ta cần phải hiểu rằng khói lửa luôn bay lên cao, quý vị dùng những chất đốt không sạch sẽ, không chỉ là không cung kính đối với quỷ thần, mà đối với người cũng là không cung kính. Điều này chúng ta nhất định phải hiểu

rõ. Chúng ta thắp hương là biểu lộ tâm cung kính của ta. Nếu dùng loại hương có chất liệu hết sức thấp kém, xấu tệ, thì ngược lại thành ra chúng ta hết sức bất kính, thật chẳng bằng là không thắp hương. Ý nghĩa này cần phải hiểu rõ.

Đặc biệt hiện tại chúng ta sống trong đô thị này, trong những khu căn hộ chung, hiện nay những căn hộ chung ngày càng nhỏ hơn, số người ở ngày càng chen chúc hơn. Chúng ta thắp hương mà những người chung quanh ngửi mùi không thích, họ có thể ngăn cản. Nhất là kiến trúc nhà cửa ngày nay thật không hài hòa, phòng ốc càng ngày càng thấp hơn, như căn phòng của tôi lợp mái rất thấp, người cao lớn đứng thẳng đưa tay lên là sờ được trần nhà. Chúng ta sống trong môi trường như vậy thì có thể không cần thắp hương. Chúng ta chỉ cần có tâm thực sự cung kính là được.

Phải chú ý điều gì? Phải duy trì sức khỏe cho mọi người, không nên để người khác sinh tâm phản cảm. Điều này hết sức quan trọng thiết yếu. Pháp thế gian cũng như xuất thế gian, quý vị nếu muốn thành tựu, nhất định phải làm cho đại chúng sinh lòng hoan hỷ. Đại chúng đối với quý vị có sự tôn kính, sự việc của quý vị sẽ dễ dàng thành tựu. Nếu hành vi, việc làm của quý vị làm cho đại chúng sinh tâm phản cảm, chán ghét, quý vị không được bất kỳ người nào giúp sức hỗ trợ, cho dù thực hiện bất cứ sự nghiệp nào cũng đều hết sức khó thành tựu. Ý nghĩa này từ xưa đến nay, ở khắp mọi nơi đều không khác, không có ngoại lệ. Cho nên, bậc cổ đức thường nói: *"Thời cơ không bằng địa thế tốt, địa thế tốt không bằng được lòng người."*

Trong phần tiểu chú có mấy câu, tôi đọc qua cho mọi người nghe: *"Bậc chính nhân quân tử, ở chỗ sáng e sợ với người, ở chỗ tối e sợ với thần."* E sợ điều gì? Là sợ người khác chỉ trích, chê trách. Chúng ta làm việc sai trái, người khác chỉ trích, chê trách chúng ta, hiện tại gọi đó là dư luận. Vì vậy nên bậc chính nhân quân tử không dám làm điều gì sai trái, vì làm điều sai trái thì sợ bị người khác chỉ trích chê trách. Đó là ở nơi chỗ sáng. Trong chỗ tối tăm, không có người nào nhìn thấy thì có quỷ thần chỉ trích, chê trách. Con người có thể tin nhận ý nghĩa này, tin nhận sự thật này, thì bất kể là ở nơi chỗ sáng hay chỗ tối, quyết định không dám khởi lên một ý niệm xấu ác nào, quyết định không dám làm điều xằng bậy.

Hiện tại có không ít người trẻ tuổi nói rằng đây là mê tín, là người xưa bày ra chuyện này chuyện khác để kiềm chế ước thúc con người, khiến người ta không dám làm điều xằng bậy. Đây chỉ là thủ đoạn thôi, không phải sự thật, chỉ là mê tín. Người Trung quốc, người ngoại quốc mê tín [như vậy] đã mấy ngàn năm, mấy muôn năm, hiện tại người trong thời hiện đại tự cho mình là thông minh, không mê tín. Một học thuyết, một phương pháp tu học có thể truyền lại qua ngàn năm, trăm năm, nếu như không có lý luận chân thật với sự thật để duy trì, hẳn đã sớm bị người ta đào thải rồi. Nhưng có thể kéo dài qua một lịch sử lâu đến thế, trong mấy ngàn năm lại không có người thông minh hay sao? [Nếu nói] quý vị thông minh hơn so với tiền nhân, tôi thật rất khó tin được.

Trải qua sự chứng nghiệm của lịch sử, những sự việc về quỷ thần trong trời đất, tuy người hiện nay đều nói là mê tín, nhưng chúng ta qua báo chí, tạp chí, tin tức vẫn thường nghe nói đến. Gần đây nhất, thầy Ngộ Hạnh mang đến cho chúng ta một tin tức. Theo báo chí ở Mỹ đang đưa tin, có một bé gái một tuổi có thể nói được thổ ngữ cổ xưa của dân da đỏ ở Mỹ. Điều này phải giải thích thế nào? Chưa từng được học qua, không chỉ là chưa học qua, mà bé gái chỉ mới một tuổi, hiện tại nói còn chưa rõ tiếng, làm sao có thể nói được một thứ ngôn ngữ cổ xưa của dân da đỏ ở Mỹ? Loại ngôn ngữ này hiện nay đã rất ít người biết. Chúng ta xem trên báo chí thấy toàn nước Mỹ hiện nay chỉ có khoảng mười mấy người còn biết được loại ngôn ngữ này. Cô bé này đời trước phải là thổ dân ở Mỹ chuyển kiếp tái sinh, đủ chứng minh con người có kiếp trước, kiếp sau, chứng minh rõ luân hồi là sự thật. Có rất nhiều nhà khoa học hiện đang thăm dò tìm hiểu, hy vọng có thể chứng thực được việc này. Trong mấy năm nay họ nỗ lực làm việc, cũng có được đôi chút thành quả. Các thư viện ở Mỹ có rất nhiều những sách thuộc loại này, thường thường có thể tìm xem được, quả là có thật.

Cho nên, dù ở chỗ sáng hay chỗ tối, chẳng những không thể làm việc bất thiện mà cho đến một ý niệm bất thiện cũng không được khởi lên. Chúng ta khởi tâm động niệm, tự mình cho rằng người khác không thể biết được, nhưng quỷ thần trong trời đất biết được. Ý nghĩa này nói thật ra không khó hiểu, khởi tâm động niệm đều có hình tướng, trong lòng quý vị nghĩ tưởng chuyện gì, những ý tưởng đó của quý vị đều có hình tướng. Những hình tướng này phàm phu không thấy được nhưng quỷ thần nhìn thấy. Người thực sự có tu hành, trong khi nhập định cũng nhìn thấy được. Công phu cao, tâm được thanh tịnh, đó gọi là đi đứng nằm ngồi đều trong định, người như vậy quý vị không lừa dối được họ. Quý vị khởi tâm động niệm hiện thành hình tướng họ đều nhìn thấy, đều hiểu rõ. Điều này cũng như là người trong chiều không gian cao hơn có thể nhìn thấy các chiều không gian thấp hơn, nhìn thấy rất rõ ràng, khởi tâm động niệm, hết thảy hành vi, lẽ nào có thể lừa dối được người khác? Quả báo, nói thật ra không phải do quỷ thần trong trời đất làm chủ tể, trong kinh Phật không hề nói như vậy. Quả báo là do chính quý vị chiêu cảm, gieo nhân lành nhất định được quả lành, gieo nhân ác nhất định gặp quả báo xấu ác.

Phần sau nói: *“Giữa đêm thức dậy lõa lồ.”* Nói chung trong hiện tại rất ít có việc này. Quý vị xem, người đời hiện nay trong đêm thức dậy cũng đều mặc đồ ngủ rất thanh lịch. Lỗi này đều là bất kính. Bất kính đối với ai? Bất kính đối với quỷ thần. Trong đêm tuy không có người nào khác nhìn thấy, nhưng phải biết là có quỷ thần cùng sống với chúng ta, đích thực là cùng sống chung một chỗ.

"Hành hình vào tám ngày phân tiết." Tám ngày phân tiết, trong chú giải có nói: *lập xuân, xuân phân, lập hạ, hạ chí, lập thu, thu phân, lập đông* và *đông chí.* Đây là tám ngày phân tiết [trong năm]. Tám ngày này, theo Đạo giáo thì có chư thiên, thiên thần đến nhân gian tuần sát, xem xét, cho nên trong những ngày này phải đem lòng từ bi đối đãi với hết thảy chúng sinh. Ví như là tử tù cũng không nên hành hình vào những ngày này, có thể hoãn thời gian hành hình lại về sau, đó là lòng từ bi. Nói cách khác, vào lúc quỷ thần trong trời đất giáng lâm tuần tra xem xét, chúng ta lại hành hình [tội nhân] ngay trước mặt các vị, đó là một hành vi hết sức thiếu cung kính. Điều này cũng giống như khi chúng ta có khách quý đến thăm chơi địa phương của mình, trong lúc khách đến ta lại mang người ra trừng phạt ngay trước mặt họ. Quý vị nói xem, thật khó coi biết bao! Đó là điều không tốt, quyết định phải hoãn lại về sau, để cho khách thấy hiện tượng trong xã hội chúng ta là hoàn toàn an hòa, tốt lành, mọi người đều hoan hỷ. Chúng ta phải đem cảnh tượng tốt đẹp như vậy cúng dường quỷ thần trong trời đất, không nên vào lúc ấy mang tử tù ra xử lý. Đương nhiên là vào những lúc ấy lại càng không thể tạo tác hết thảy các nghiệp xấu ác.

Đoạn này chúng ta giảng đến đây thôi.

Bài giảng thứ 186

(Giảng ngày 6 tháng 4 năm 2000 tại Tịnh Tông Học Hội Singapore, file thứ 187, số hồ sơ: 19-012-0187)

Thưa quý vị đồng học, cùng tất cả mọi người.

Xin mời mở sách *Cảm ứng thiên*, đoạn thứ 116: *"Thóa lưu tinh. Chỉ hồng nghê. Triếp chỉ tam quang. Cửu thị nhật nguyệt."* (Khạc nhổ [khi thấy] sao băng. Chỉ vào cầu vồng. Thường chỉ trỏ mặt trời, mặt trăng, tinh tú. Nhìn lâu vào mặt trời, mặt trăng.) Những việc này đều là bất kính.

Nếu như nói đến quỷ thần trong trời đất, khoa học hiện đại không thể tiếp nhận. *"Lưu tinh"* (sao băng) là hiện tượng hầu như mỗi ngày đều thấy được vào lúc đêm tối, khi trời quang đãng. Đây là hiện tượng vật lý giữa không gian. *"Hồng nghê"* (cầu vồng) là hiện tượng hơi nước bốc lên trong không trung có ánh mặt trời chiếu qua phản xạ mà thành. *"Tam quang"* (ba nguồn sáng) là chỉ mặt trời, mặt trăng và các vì sao. Cho nên, hợp tất cả những điều này lại, chúng ta giải thích một cách hợp lý thì đó không gì khác hơn là các bậc cổ đức dạy ta phải cung kính, tức là đối với hết thảy mọi người, đối với hết thảy sự việc, đối với hết thảy muôn vật đều phải thường giữ tâm cung kính. Đây là nguyên lý của giáo dục.

Phải chăng cũng giống như trong Đạo giáo nói rằng những thứ đó là do thần tư mệnh chủ tể, như hai khí âm dương, đây cũng là một cách giải thích. Nếu như có sự thích thú nghiên cứu thì đây cũng là một học thuyết. Chúng ta nghe họ giảng giải, cũng có thể giảng thành một học phái ý nghĩa rất hoàn chỉnh, nếu có hứng thú cũng có thể nghiên cứu. Bằng như đối với việc này không có hứng thú thì chỉ cần biết được tông chỉ khái quát của giáo dục, không gì khác hơn là dạy người chân thành, dạy người cung kính mà thôi.

Chân thành cung kính là đức của tự tánh, thành kính cũng có thể giúp khai mở phát triển tự tánh. Thành kính đến mức cùng cực là như nhà Phật nói Ba môn học: Giới, Định, Tuệ, cũng chính là sự lưu xuất hiển lộ tự tánh.

Tiếp theo là đoạn thứ 117: *"Xuân nguyệt liệu lạp."* (Mùa xuân đốt rừng xua bắt thú.)

"Liệu lạp", hiện nay người *Indonesia* gọi là *"thiêu ba"*, cũng cùng nghĩa này, là thiêu đốt rừng núi. Việc này thật hết sức tàn nhẫn. Vì sao vậy? Trong rừng núi những động vật nhỏ đều không chạy thoát được, khả năng giết hại của việc này tàn khốc hơn nhiều so với bất kỳ hình thức chiến tranh nào. Cho nên tội báo của việc này, trong kinh Địa Tạng Bồ Tát Bản Nguyện đức Phật dạy rất rõ, quả báo là đọa vào địa ngục. Sau khi chịu tội ở địa ngục xong rồi, quý vị vẫn còn thiếu nợ sinh mạng của các chúng sinh kia, thiếu nợ mạng phải đền trả mạng, thiếu nợ tiền phải trả tiền. Một lần phóng hỏa thiêu chết bao nhiêu động vật, tương lai đến lúc đền trả mạng phải hết sức phiền toái. Quý vị phải đền trả đến bao lâu mới xong hết số nợ mạng này?

Cho nên, việc như thế này không thể làm, muôn vạn lần cũng không thể làm. Ví như có là vô ý, vô ý cũng vẫn phải gánh lấy trách nhiệm nhân quả. Vì vậy khi ở trong rừng núi, nếu dùng đến lửa nhất định phải hết sức chú tâm cẩn thận. Chúng ta có rất nhiều nguyên nhân phải đốt lửa. Khi cần nấu các món thức ăn phải đốt lửa. Giữa đêm nếu phải ngủ lại ngoài trời, nhất định cũng phải đốt lửa. Thú hoang nhìn thấy lửa phải tránh xa, do đó mới đốt lửa. Thế nhưng đến lúc rời đi nhất định phải dập tắt hoàn toàn lửa đó, không thể do vô ý mà dẫn đến tai nạn, phải chú tâm cẩn thận. Lại có người do thói quen hút thuốc, tàn thuốc vất tùy tiện, nếu gặp lúc tiết trời đang khô hạn cũng có thể gây thành hỏa hoạn, lửa cháy núi rừng. Những điều này đều phải chú tâm cẩn thận. Trong phần chú giải nói rất tường tận, chi tiết.

Hai câu tiếp theo nói: *"Đối bắc ác mạ. Vô cố sát quy đả xà."* (Quay về hướng bắc chửi mắng độc địa. Vô cớ giết rùa, đánh rắn.)

Phương bắc, phần trước đã có nói qua, là đại biểu cho hướng trên.

Rùa với rắn so trong các động vật là hai loài có tuổi thọ rất lâu dài, có linh tính rất cao. Chúng ta đã nghe nữ cư sĩ họ Tề ở núi Thiên Mục kể chuyện bà ấy thả ba ba. Ba ba với rùa là cùng một loại. Vào lúc phóng sinh, ba ba tỏ ra biết được, từ trên thuyền thả xuống, thả ra rồi con ba ba còn quay lại bơi quanh thuyền một vòng, sau đó quay đầu nhìn lại rồi mới rời đi. Con vật này có linh tính, nó rất cảm kích người cứu nó, chỉ là không nói được tiếng người, không dùng ngôn ngữ giao tiếp qua lại được. Thế nhưng quý vị xem tình cảm biểu lộ của nó thì so với con người không khác. Quyết định không thể giết hại.

Con người phải thực sự biết yêu người thương vật, quyết định không ăn thịt chúng sinh. Thế nhưng cũng có người hỏi, động vật có mạng sống, thực vật cũng có mạng sống, vì sao quý vị không ăn thịt động vật nhưng vẫn ăn thực vật? Đương nhiên, một người thực sự nhân từ thì cho đến thực vật cũng không ăn. Thế nhưng chúng ta vẫn còn là phàm phu, chúng ta chưa đạt đến cảnh giới đó, [cảnh giới mà] cho đến chuyện ăn uống cũng có thể lìa bỏ được. Trong sáu đường luân hồi, chư thiên cõi trời Sắc giới có thể lìa bỏ được. Chư thiên cõi trời Sắc giới không cần ăn uống, quả thật là cho đến thực vật cũng không ăn. Vậy các vị ấy lấy nguồn dinh dưỡng từ đâu? Quý vị xem trong kinh điển thường thấy nói *"thiền duyệt vi thực"* (niềm vui trong thiền định là thức ăn). Nguồn dinh dưỡng của chư thiên ấy là từ thiền duyệt mà có, không cần phải dựa vào vật chất bên ngoài. Chúng ta ngày nay chưa đạt đến cảnh giới ấy, không ăn uống thì không thể duy trì được sinh mạng, do đó chúng ta phải chọn lựa, chọn lựa nếu không phải là chuyện bất đắc dĩ phải làm thì ta quyết định không gây tổn hại đến thực vật.

Trong Giới kinh, Phật dạy người xuất gia: *"Thanh tịnh tỳ-kheo bất đạp sinh thảo."* (Vị tỳ-kheo thanh tịnh không giẫm đạp cây cỏ còn sống.) Cỏ xanh ấy là thực vật, quý vị xem chúng lớn lên xanh tươi mơn mởn, quý vị sao có thể nhẫn tâm giẫm đạp lên trên mà đi? Trừ phi có việc nhất định phải đi qua mà không có đường nào khác, như vậy phải chấp nhận, đó là khai duyên. Nếu như có đường, quý vị nhất định phải đi trên đường, không được giẫm đạp lên cỏ xanh. Đó là đối với thực vật thương yêu bảo vệ, hoa cỏ cây cối đều thương yêu bảo vệ, không phải là chuyện bất đắc dĩ thì quyết định không thể làm tổn hại đến chúng.

Trong Giới kinh kể cho ta biết, người xuất gia trước đây ở trên núi, phải dựng nhà tranh. Tiến hành việc xây dựng thì nhất định phải chặt một số cây cối. Ba ngày trước khi chặt cây, phải vì chúng tụng kinh, niệm chú, cầu phúc cho chúng, rồi thỉnh các thần cây dời nhà, những điều này người bình thường không lý giải được. Trong kinh điển Phật dạy chúng ta, cây cối cao quá thân người thì có thần cây. Hiện tại chúng ta nói với những người trẻ tuổi, họ không tin được. Thế nào là thần cây? Trong thực tế đó là những quỷ thần nương dựa trong cây ấy. Cây ấy là nhà của họ. Họ ở tại đó. Họ nương dựa vào cây cối, hoa cỏ, rồi biến thành thần hoa, thần cây. Đó là những loại chúng sinh nào? Đặc biệt là những người ưa thích cây cối, hoa cỏ. Ưa thích cây cối hoa cỏ, sau khi chết rồi vẫn còn ưa thích, không lìa bỏ được, liền hóa thành thần hoa, thần cây, là tinh linh nương dựa vào những vật thể ấy. Nếu chúng ta hủy hoại nơi cư ngụ của họ, họ sinh phiền não. Tuy rằng họ cũng phải lìa đi, thế nhưng họ phải sinh phiền não. Cho nên trước đó cần phải báo cho họ biết, trước đó phải cúng tế, tụng kinh, siêu độ, kết duyên, để họ dời nhà ra đi, họ tìm chọn một thân cây khác. Việc này tuyệt đối không phải là mê tín. Chư Phật, Bồ Tát tâm địa thanh tịnh, mắt nhìn sáng suốt. Chúng ta phàm phu nhìn không thấy được, các ngài có thể thấy được. Chúng ta không nghe được, các ngài có thể nghe được. Các ngài dạy chúng ta làm như thế, quyết định là có ý nghĩa, quyết định là có lợi ích đối với chúng ta. Đối với cây cối, hoa cỏ đều thương yêu bảo vệ thì có lý nào lại không thương yêu bảo vệ động vật!

Cho nên, nói chung mọi việc chúng ta đều phải chú tâm suy xét, tỉnh táo quan sát, hiểu rõ được chân tướng của nhân sinh vũ trụ, không thể thuận theo tập khí phiền não, cưỡng từ đoạt lý [để biện hộ], cho rằng động vật phải bị người ăn thịt, rằng chúng sinh ra là để người ăn thịt. Vậy con người cũng là động vật, vì sao không bị ăn thịt? Cha mẹ, anh chị em, vợ con của quý vị cũng đều là động vật, vì sao quý vị không ăn thịt? Dù nói cách nào cũng không thông suốt được, chỉ thuần túy là để thỏa mãn dục vọng riêng tư của bản thân mình, tạo thành vô lượng vô biên tội nghiệp, lại còn cho rằng việc ấy có lý lẽ, thật là sai lầm.

Người hiểu biết sáng tỏ, người có tâm đạo, đối với phương diện ăn uống luôn biết sinh tâm tàm quý xấu hổ, chúng ta ngày nay gặp lúc khó khăn, bất đắc dĩ phải chọn, không có cách nào khác. Cho nên, những món ăn uống phải thận trọng chọn lựa, hết sức giảm thiểu đến mức thấp nhất sự tổn thương, gây hại đến người, đến vật. Phải đem hết khả năng ra mà giảm nhẹ, đó là tâm từ bi lưu xuất hiển lộ. [Những động vật có] tuổi thọ dài lâu càng không thể giết hại chúng. Chỗ này đặc biệt nói đến rùa và rắn, những con vật này đều có tuổi thọ rất dài lâu.

Quý vị xem, chuyện đốt rừng xua bắt thú, vì sao ở đây nói đến mùa xuân? Sao không nói đến mùa hè, mùa thu, phải nhất định nói về mùa xuân? Mùa xuân là thời kỳ muôn vật sinh trưởng. *"Xuân sinh, hạ trưởng, thu thâu, đông tàng."* (Mùa xuân sinh sôi nảy nở, mùa hạ lớn lên, mùa thu thâu gồm lại, mùa đông tàng chứa.) Mùa xuân là mùa hết thảy muôn vật đều bắt đầu sinh trưởng, sao có thể nhẫn tâm giết hại? Tâm như vậy là hết sức tàn nhẫn, không có nhân từ, không có thương yêu. Chúng ta đọc qua những lời răn dạy của các bậc hiền thánh xưa, từ những chỗ như thế này thể hội được tấm lòng nhân từ bác của các ngài, cũng từ chỗ này mà học tập, mà nuôi dưỡng thành tập quán, tập quán thương người yêu vật.

Trong chỗ này nói *"khạc nhổ khi thấy sao băng"*, đó là chuyện hết sức nhỏ nhặt, hết sức vi tế. Hiện tại trong xã hội văn minh, mọi người đều biết là không thể tùy tiện khạc nhổ xuống đất. Đó là một tập quán tốt, nuôi dưỡng thành sự cung kính của tự thân mình. Trong thực tế, lúc cần khạc nhổ, ta phải dùng giấy vệ sinh bọc lại, không thể tùy tiện nhổ ra đất. Nếu không có thùng rác ở đó thì bọc lại cho vào túi, đợi khi đến chỗ có thùng rác sẽ bỏ vào. Nhất định phải nuôi dưỡng thành thói quen như vậy. Chuyện hết sức nhỏ nhặt mà trong đó có thể quan sát kỹ, quý vị đối với người, đối với vật sẽ có tâm cung kính, ý cung kính. Điều này phải dạy bảo, không những dạy bảo mà còn phải biết đem ý cung kính đó phát triển lớn lên, từ chỗ hết sức vi tế nhỏ nhặt, phát triển thành cung kính hết thảy mọi người, hết thảy sự việc, hết thảy muôn vật.

Ngày nay chúng ta ở Singapore, thường qua lại giao tiếp với chín tôn giáo lớn. Mỗi một tôn giáo đều thờ kính những thần thánh không giống nhau. Chúng ta phải bình đẳng cung kính, đem lòng thanh tịnh ngợi khen tán thán, cúng dường khắp thảy. Mục đích mong sao đạt được của chúng ta là mọi đất nước khác nhau, mọi chủng tộc khác nhau, mọi tôn giáo khác nhau, trong xã hội này đều có thể cùng nhau sống chung hòa thuận, đều có thể tôn trọng lẫn nhau, hỗ trợ hợp tác với nhau, bình đẳng đối đãi với nhau. Đó chính là thiên đường mà các tôn giáo khác mong cầu, nhà Phật gọi là thế giới Cực Lạc, thế giới Hoa Tạng, Hồi giáo gọi là Vườn Trời, Nước Trời. Cách gọi tên tuy không giống nhau, thế nhưng trạng huống trong xã hội đều là giống nhau, đều an lành hòa hợp, không mảy may khiếm khuyết, hoàn toàn mỹ mãn.

Làm sao có thể đạt đến mục tiêu lý tưởng đó? Tất yếu là phải hành động, tiếp nhận những lời răn dạy của các bậc hiền thánh xưa thì chúng ta có thể làm được. Đặc biệt là kinh Hoa Nghiêm trong nhà Phật. Quý vị xem trong kinh Hoa Nghiêm, có biết bao nhiêu những chủng tộc, chủng loại khác biệt nhau, muôn vật trong trời đất, hết thảy chúng thần đều bao quát trong đó, tất cả đều sống chung hòa thuận an vui, đối đãi bình đẳng với nhau. Đó là sự giáo dục tốt nhất, là mẫu mực tốt nhất, chúng ta phải noi theo học tập, phải vận dụng vào thực tế. Không những chúng ta đối với các tôn giáo khác, mà đối với hết thảy muôn vật cũng đều phải khởi tâm đại từ bi, tâm yêu thương chân thành, đem thân thể này của chúng ta làm ra hết thảy mọi điều cống hiến, vì hết thảy đại chúng phục vụ. Đó là lời Phật dạy chúng ta.

Trong sách này, đến chỗ này là hết một đoạn lớn, đã giới thiệu hết những điều thiện ác một cách khái quát. Phần tiếp theo là tổng kết, tổng kết cả hai đoạn lớn nói về việc thiện và việc ác. Toàn sách này có xấp xỉ khoảng bảy, tám phần mười là nói về tội lỗi. Văn không quá nhiều đoạn, lại cũng không quá dài. Phần sau đặc biệt đem hai điều giết hại và trộm cướp ra giảng giải tường tận, chi tiết để khuyên bảo khuyến khích chúng ta. Điều này thật hiếm có khó được.

Hôm nay thời gian đã hết, chúng ta giảng đến đây thôi.

Bài giảng thứ 187

(Giảng ngày 7 tháng 4 năm 2000 tại Tịnh Tông Học Hội Singapore, file thứ 188, số hồ sơ: 19-012-0188)

Thưa quý vị đồng học, cùng tất cả mọi người.

Xin mời mở sách *Cảm ứng thiên*, đoạn thứ 118. Mấy đoạn từ đây trở xuống là tổng kết quả báo của các việc thiện ác. Xin mời xem nguyên văn: *"Như thị đẳng tội, tư mệnh tùy kỳ khinh trọng, đoạt kỳ kỷ toán. Toán tận tắc tử. Tử hữu dư trái, ương cập tử tôn."* (Những tội như thế, thần tư mệnh tùy theo nặng nhẹ mà trừ vào kỷ toán. Kỷ toán trừ hết thì phải chết. Sau khi chết vẫn còn nợ thì để lại tai ương cho con cháu.)

Mấy câu này, chúng ta phân tích kỹ ra làm hai đoạn. Đoạn trước là nói rõ *"tội báo"* (quả báo của tội lỗi). Đoạn sau riêng nói về *"dư ương"* (tai ương còn lại), gồm hai câu cuối cùng.

"Những tội như thế" là tổng kết những điều trước đó đã nói. Thời gian qua chúng ta cũng đã giảng giải rất nhiều. Đó là những việc làm xấu ác, tạo ra đủ mọi nghiệp xấu ác. Những điều nói trong *Cảm ứng thiên* dường như đều là những việc trong đời sống hằng ngày của chúng ta, trong chỗ không hay không biết mà tạo thành những nghiệp tội như thế.

Vì sao lại tạo nghiệp? Trong phần trước chúng ta cũng đã nghiên cứu thảo luận qua, tổng kết các nguyên nhân không ngoài hai loại. Thứ nhất là do tập khí từ vô thủy đến nay, là những tập khí xấu ác. Trong kinh luận, đức Phật có dạy chúng ta, ví như mọi người thường đọc trong luận *Bách pháp minh môn*. Trong Phật giáo chúng ta, luận này là một giáo trình Phật học thường thức, bất kể là tu học theo tông phái nào cũng đều phải học tập. Trong luận này đức Phật dạy chúng ta, trong số năm mươi mốt tâm sở thuộc tám thức của hết thảy chúng sinh, có hai mươi sáu tâm sở xấu ác, chỉ có mười một tâm sở hiền thiện. Quý vị xem, tỷ lệ này không chỉ là gấp đôi mà còn hơn thế nữa. Huống chi các tâm sở hiền thiện lại yếu ớt, các tâm sở xấu ác thì mạnh mẽ. Thông thường chúng ta gọi là thói quen xấu, trong nhà Phật gọi là tâm sở xấu ác, trong đó có sáu phiền não căn bản, hai mươi phiền não tùy thuộc. Trong chỗ không hay không biết, các phiền não này khởi sinh hiện hành. Cho nên con người hết sức dễ dàng tạo các nghiệp xấu ác, lý do là như thế.

[Thứ hai là] về mặt ngoại duyên mà nói, đặc biệt là trong xã hội ngày nay, duyên xấu ác nhiều, duyên hiền thiện ít. Cảnh giới mà sáu căn của chúng ta tiếp xúc, có thể nói là không một điều nào không xui khiến chúng ta làm chuyện xấu ác.

Cho nên, bên trong có tập khí phiền não nghiêm trọng, bên ngoài có duyên xấu ác dụ dỗ, mê hoặc, dắt dẫn, con người làm sao không tạo nghiệp? Lúc tạo nghiệp tội thì không biết, đến khi quả báo hiện tiền thật đáng sợ. Đến lúc đó dù sợ sệt hốt hoảng cũng không còn kịp nữa.

Vì thế, [những người học Phật] chúng ta chỉ chiếm phần thiểu số cực kỳ nhỏ nhoi, thật hết sức may mắn được đọc qua những lời răn dạy như thế này của Phật. Sau khi đọc qua rồi thì phải khởi tâm cảnh giác cao độ, biết rằng những việc [xấu ác] này thật hết sức khủng khiếp đáng sợ, hậu quả nghĩ đến thật không thể chịu nổi. Người có thể khởi tâm e dè sợ sệt thì tự nhiên không tạo nghiệp tội. Vì nghĩ đến quả báo đáng sợ nên không dám làm. Mỗi một ý niệm đều phải có tâm e dè sợ sệt thì mới có thể ngăn phòng, chấm dứt việc tạo tội. Mỗi một ý niệm đều có thể nghĩ đến việc chư Phật, Bồ Tát, các bậc thánh hiền dạy dỗ chúng ta phải siêng tu thiện nghiệp, chúng ta mong cầu đạt được quả lành thì nhất định phải dứt ác tu thiện. Tâm xấu ác, ý niệm xấu ác, hành vi xấu ác mà mong cầu được quả lành, làm gì có lẽ ấy?

Quyển sách này chúng ta đã đọc qua gần xong, đến chỗ này là tổng kết, không phải chỉ tổng kết trên trang sách, mà chúng ta phải tự mình mau mau phản tỉnh, từ trong chỗ khởi tâm động niệm, nói năng hành động của bản thân mình mà tổng kết, sau đó mới có thể thực sự hiểu rõ được là việc thiện không thể không tu, việc ác không thể không dứt trừ. Một đời này của chúng ta như vậy vẫn còn cứu được.

Nếu cứ tiếp tục giống như trong quá khứ mê hoặc điên đảo, thuận theo vọng tưởng, phân biệt, bám chấp của bản thân mình, thì những quả báo như đã nói trên quyết định không thể nào né tránh.

Trong bản văn nói *"những tội như thế"*, đó là tổng kết đoạn văn lớn nói về *"làm việc ác"*, cũng là những lời răn dạy quan trọng thiết yếu nhất trong Cảm ứng thiên.

"Thần tư mệnh tùy theo nặng nhẹ", thần tư mệnh là nói chuyện quỷ thần, người hiện đại không tin được. Nhưng chuyện này không thể nói không tin là không có, chỉ tin mới có. Nếu không tin không có thì chuyện này thật dễ giải quyết, chỉ cần chúng ta không tin thì sự việc không có. Nhưng dù ta không tin thì sự việc vẫn thật có, đích thật là có.

Quỷ thần tư mệnh có rất nhiều. Dục giới có thiên thần, Đạo giáo gọi là Ngọc Hoàng Đại Đế, trong Phật pháp gọi là Đao Lợi Thiên Chủ. Họ gọi là Ngọc Hoàng Đại Đế, chính thật trong Phật pháp gọi là Đao Lợi Thiên Chủ, lại có tôn giáo gọi là Thượng đế, đó là vị thần tư mệnh lớn. Thấp dần hơn theo từng mức độ, có rất nhiều các vị thiên thần, lại thêm các quỷ thần mà sáu căn của chúng ta không tiếp xúc nhận biết được, thế nhưng họ nhìn thấy [chúng ta] rất rõ ràng. Đó gọi là: *"Ngẩng đầu ba thước có thần minh."* Câu này là đúng thật, không phải giả dối. Tiếp cận gần với chúng ta nhất là ba thần thi, phần trước chúng ta đã có giảng giải qua, đã giới thiệu qua.[1] Trong kinh Phật có nói cho ta biết, có hai vị thần thường cùng sống chung với ta, dù một giây một phút cũng không xa rời. Một vị gọi là Đồng Sinh và một vị gọi là Đồng Danh. Chúng ta khởi tâm động niệm, nói năng hành động, các vị này đều nhìn thấy, họ đều ghi chép lại, đều báo cáo lên. Chúng ta làm thiện, làm ác, hai vị này đều làm chứng, quyết định không thể cho rằng chúng ta khởi tâm động niệm không có ai biết được. Cách nghĩ như vậy là sai lầm.

Con người có vận mệnh, cho nên những người xem tướng, đoán mệnh, nếu người thực sự cao minh có thể tính toán rất chuẩn xác. Điều đó cho thấy con người thật có vận mệnh. Vận mệnh đó từ đâu mà có? Cần phải biết rằng, vận mệnh đó chính là những nghiệp thiện, nghiệp ác ta đã làm trong quá khứ. Nghiệp lực đó là chủ tể làm ra vận mệnh. Vận mệnh không phải do quỷ thần làm chủ tể, không phải do thần tư mệnh làm chủ tể, là do chính mình làm chủ tể. Tự mình có thể dứt ác tu thiện thì vận mệnh của quý vị đương nhiên tốt đẹp. Nếu như quý vị lại không chút kiêng dè, thuận theo phiền não tập khí của bản thân, không điều ác nào không làm, vậy thì vận mệnh của quý vị đương nhiên là không tốt.

Chư Phật, Bồ Tát cũng không thể vì chúng ta mà thêm bớt được mảy may nào. Thần tư mệnh cũng không có quyền thêm bớt. Cũng giống như các nhân viên tư pháp, nhân viên chấp pháp ở thế gian, họ không thể tùy tiện tăng thêm tội danh cho một người nào, không thể được; cũng không thể theo ý riêng muốn trừng trị một cá nhân, điều này không thể được. Tất nhiên phải dựa vào sự cống hiến của một người cho

---

[1] Mời xem lại bài giảng thứ 19.

xã hội, làm được rất nhiều việc tốt, nhân viên chấp pháp của chính phủ mới khen thưởng khuyến khích. Nếu họ làm nhiều việc xấu ác, căn cứ vào những việc ác của họ, những việc làm của họ, pháp luật mới phán xét, trừng phạt. Do đó có thể biết rằng, tuy những nhân viên kia chủ quản thi hành việc khen thưởng hay trừng phạt, họ hoàn toàn không có quyền lực tùy tiện khen thưởng hay trừng phạt người dân thường, nhất định phải dựa vào việc làm của mỗi người. Thần tư mệnh cũng là như vậy.

Cho nên, *"tùy theo nặng nhẹ"* là tùy nơi việc chúng ta tạo tác các nghiệp ác nặng hay nhẹ. *"Trừ vào kỷ toán"*, *"kỷ toán"* cũng là nói tuổi thọ, đây là sự trừng phạt nặng nề trong các hình phạt. Người làm việc thiện có thể được kéo dài tuổi thọ. Đó gọi là *"diên niên ích thọ"* (kéo dài thêm tuổi thọ).

Làm những việc thiện nào thì có thể kéo dài thêm tuổi thọ? Phần trước của *Cảm ứng thiên* nói về các việc thiện, những việc làm lợi ích xã hội, lợi ích hết thảy chúng sinh, là những việc nên làm nhiều. Lợi ích lớn nhất là giúp đỡ hỗ trợ chúng sinh đạt đến giác ngộ, hỗ trợ chúng sinh rõ biết sự lý về nhân quả, đó là đại thiện, giúp đỡ hỗ trợ chúng sinh chuyển mê thành ngộ. Người nào có thể làm được những việc đại thiện này, quyết định sẽ được kéo dài thêm tuổi thọ.

Hết thảy chúng sinh đều mong cầu được sống lâu, nhưng nếu tự mình không tích lũy công đức thật nhiều, được sống lâu mà thân thể không khỏe mạnh thì đó là khổ báo, chẳng phải tốt lành. Được sống lâu, thân thể khỏe mạnh, đó là phúc báo.

Chúng ta ở Singapore nhìn thấy nữ cư sĩ Hứa Triết, đó là mẫu mực sống động tốt nhất cho những người học *Cảm ứng thiên* chúng ta. Bà được sống lâu khỏe mạnh, một trăm lẻ một tuổi mà vẫn như người còn trẻ. Bà tu tập những gì? Mỗi chúng ta cũng đều có thể tu, tuyệt đối không phải chỉ riêng bà ấy được hưởng lợi. Chúng ta nhìn vào tấm gương đó, tìm hiểu kỹ lưỡng về nếp sống, tư tưởng, sự hành trì của bà ấy, từ đó chúng ta có thể học tập theo, nhất định phải nỗ lực làm việc thiện.

Nếu như quý vị tạo tác hết thảy mọi điều bất thiện, không tin nhân quả, làm rất nhiều tội ác, tuổi thọ của quý vị sẽ giảm thiểu. Chuyện này so ra không dễ gì lý giải được. Trong các sách xưa ghi chép rất nhiều, trong *Cảm ứng thiên vị biên* trích dẫn những chuyện xưa cũng rất nhiều, chúng ta xem qua rồi có tin hay không? Tiên sinh Viên Liễu Phàm sau khi gặp được thiền sư Vân Cốc, hiểu rõ được ý nghĩa này, cho nên mới hết sức nỗ lực sửa lỗi tu thiện, vận mệnh của ông được chuyển biến, tuổi thọ của ông cũng được kéo dài. Khổng tiên sinh đoán rằng tuổi thọ của ông là năm mươi ba tuổi. Ông sống đến hơn bảy mươi tuổi mới niệm Phật vãng sinh. Những trường hợp như thế này từ xưa đến nay có rất nhiều. Lần tới khi gặp nữ cư sĩ Hứa Triết sẽ hỏi bà ấy xem đã có đoán qua số mệnh hay chưa? Trước đây người đoán vận mệnh cho bà đã đoán tuổi thọ là bao nhiêu? Tôi tin rằng tuổi thọ của bà ấy là do làm việc thiện mà được kéo dài thêm.

Khi tôi còn trẻ, rất nhiều người đã đoán số mệnh cho tôi, nói rằng tôi sống không qua bốn mươi lăm tuổi, bốn mươi lăm tuổi nhất định phải chết. Tôi rất tin điều này, không một mảy may hoài nghi. Tôi học Phật không cầu sống lâu, hiện tại có thể sống được cho đến tuổi tác này, đó cũng là được kéo dài thêm tuổi thọ. Cho nên, làm các việc ác, *"tính toán trừ hết thì phải chết"*. Vì vậy, làm việc ác là chết vì tuổi thọ giảm bớt. Mấy câu này nói về tội báo, chính là vì chúng ta giảng rõ tội báo.

Hai câu tiếp theo là nói về tai ương còn lại: *"Sau khi chết vẫn còn nợ thì để lại tai ương cho con cháu."* Con cháu của những kẻ này thật bất hạnh. Thế nhưng chúng ta cần biết rằng, cha con, anh em, vợ chồng đều là duyên phần đã có từ trong quá khứ, không phải chuyện ngẫu nhiên. Một người tu thiện tích đức thì tự nhiên có người đã từng tu tích thiện nghiệp trong quá khứ tái sinh vào nhà mình, vì thiện với thiện chiêu cảm tương ưng. Quý vị làm điều bất thiện, nhất định sẽ có những oán thân trái chủ bất thiện tái sinh vào nhà quý vị, làm con cháu của quý vị. Do đó có thể biết rằng, *"sau khi chết vẫn còn nợ thì để lại tai ương cho con cháu"*, nhưng con cháu cũng không phải oan uổng gánh chịu tai ương của người trước, thật cũng không phải oan uổng, ắt phải có nghiệp nhân.

Nhưng những người con cháu đó, nếu như có duyên lành, gặp được bậc thiện tri thức khai mở chỉ đường, họ có thể tiếp nhận, họ có thể tin nhận, có thể đổi ác làm lành thì con đường tương lai vẫn được tươi sáng.

Do đó mà biết, trong các công đức thì công đức thù thắng nhất là giáo hóa. Các bậc đế vương thời cổ đại, thậm chí những người cầm quyền đứng đầu ở địa phương, đều xem việc giáo hóa là quan trọng thiết yếu nhất trong sự cai trị của họ. Đó gọi là: *"Tác chi quân, tác chi thân, tác chi sư."* (Làm vua [dẫn dắt] dân, làm cha mẹ [nuôi dưỡng] dân, làm thầy [dạy bảo] dân.) Người dân chúng ta tôn xưng là *"quan phụ mẫu"*, quan là cha mẹ của người dân chúng ta, họ thương yêu người dân cũng giống như con em của họ, dạy bảo người dân cũng giống như học trò của họ, như vậy là có công đức. Sau khi chết, những vị này nếu không niệm Phật cầu vãng sinh thì sẽ tái sinh lên cõi trời làm thần minh, nhận sự thờ kính của người đời sau. Những sự tích như thế này trong dân gian Trung quốc truyền tụng rất nhiều. Nếu là tham quan ô lại, nhất định phải đọa vào các đường ác.

Trong một đoạn văn này, phần chú giải nói rất nhiều, trong đó có một phần trích dẫn trong kinh Lăng Nghiêm nói về *"mười tập nhân,*[1] *sáu giao báo"*.[2] Trong kinh điển đức Phật giảng giải rất rõ ràng, cho nên đoạn này quý vị đồng học có thể tự mình tham khảo.

---

[1] Theo Từ điển Phật Quang, mười tập nhân là mười điều chiêu cảm quả báo đọa vào địa ngục, bao gồm: 1. Dâm tập nhân: Tập khí dâm dục giao tiếp, cảm thụ quả báo giường sắt, cột đồng ở địa ngục Bát nhiệt. 2. Tham tập nhân: Tập khí tham lam giao kết nhau, chiêu cảm quả báo địa ngục Hàn băng. 3. Mạn tập nhân: Tập khí kiêu mạn lấn át nhau, nương tựa nhau, chiêu cảm quả báo sông máu, biển độc, nước đồng sôi rót vào miệng. 4. Sân tập nhân: Tập khí sân hận xung đột, tâm nóng nảy chiêu cảm các quả báo cắt đứt, chém chặt... 5. Trá tập nhân: Tập khí dối trá dẫn dụ, chiêu cảm quả báo gông cùm, xiềng xích, roi gậy đánh đập. 6. Cuống tập nhân: Tâm lừa gạt phát động không ngừng, chiêu cảm các quả báo chìm đắm, rơi rớt, nổi trôi... 7. Oan tập nhân: Tập khí oan gia hiềm khích nảy sinh xung đột, chiêu cảm các quả báo quăng ném, bắt bớ, giam cầm... 8. Kiến tập nhân: Chấp các tà kiến của mình là phải là quấy mà sinh ra chống trái, chiêu cảm các quả báo bị xét hỏi, tra tấn...9. Uổng tập nhân: Vu báng, oan khuất người lương thiện, chiêu cảm các quả báo thân bị đè ép, bức ngặt, đau đớn rướm máu. 10. Tụng tập nhân: Do tập khí tranh tụng, kiện cáo, chiêu cảm quả báo hỏa châu, gương nghiệp, hiện rõ sự đối nghiệm của đời trước.

[2] Sáu giao báo: các nghiệp ác của chúng sinh đều chiêu cảm từ việc sáu căn giao nhau với sáu trần cảnh, chạy theo phiền não tập khí mà tạo tác ác nghiệp, phải chịu quả báo, do đó gọi là sáu giao báo, bao gồm: kiến báo, văn báo, khứu báo, vị báo, xúc báo và tưởng báo.

Bài giảng thứ 188

(Giảng ngày 8 tháng 4 năm 2000 tại Tịnh Tông Học Hội Singapore, file thứ 189, số hồ sơ: 19-012-0189)

Thưa quý vị đồng học, cùng tất cả mọi người.

Xin mời mở sách *Cảm ứng thiên*, đoạn thứ 119: *"Hựu chư hoạnh thủ nhân tài giả, nãi kế kì thê tử gia khẩu dĩ đương chi. Tiệm chí tử tang, nhược bất tử tang, tắc hữu thủy hỏa đạo tặc, di vong khí vật, tật bệnh khẩu thiệt chư sự, dĩ đương vọng thủ chi trực."* (Lại như những kẻ ngang ngược cướp lấy tiền tài người khác, rồi thì cả gia đình vợ con đều phải gánh chịu [quả báo], dần dần cho đến chết chóc; nếu không chết chóc thì cũng gặp nạn lũ lụt, hỏa tai, trộm cướp, mất mát đồ vật, bệnh tật, gặp nạn miệng lưỡi, để trả giá cho sự chiếm đoạt sằng bậy.)

Hai đoạn tiếp theo là lặp lại những quả báo của việc trộm cướp và giết hại. Đây là đem hai loại nghiệp tội này nêu ra để nhắc lại. Giết hại và trộm cướp là hai chướng ngại lớn nhất đối với đức hạnh thế gian cũng như xuất thế gian, nhưng đối với người thường thì rất dễ dàng phạm vào những tội lỗi này. Cho nên, đức Thái Thượng hết sức từ bi, phần trước đã khai mở chỉ dẫn tường tận chi tiết, cho đến cuối cùng lại đặc biệt nhắc nhở cảnh tỉnh chúng ta.

Trộm cắp là vay nợ. Vay nợ nhất định phải hoàn trả, không thể nói vay nợ mà không trả lại, không có lẽ ấy! Điều này chúng ta nhất định phải rõ biết. Nợ mạng phải đền mạng, nợ tiền phải trả tiền. Cho nên đối với hai chuyện [giết hại và trộm cướp] này, bất kể là trong pháp thế gian hay xuất thế gian, người tu hành với người có học thức, người hiểu rõ lý lẽ đều quyết định không muốn phạm vào. Chỉ có đọc sách hiểu rõ lý lẽ thì mới thông đạt được chân tướng sự thật về nhân quả. Cho nên những điều này là chướng ngại lớn lao quan trọng đối với sự tu hành. Trong phần chú giải tuy không nói nhiều nhưng việc này thực sự hết sức quan trọng thiết yếu.

Những chuyện này phần trước đã giảng nói rất rõ ràng, đã nói rõ tùy việc làm phải chịu quả báo, giảng giải rất nhiều. Trong đoạn này, đặc biệt chú trọng vào hai chữ *"hoạnh thủ"* (ngang ngược cướp lấy). *"Hoạnh"* nghĩa là gì? Là ngang ngược hoành hành bá đạo, dùng đủ mọi thủ đoạn bất chính để bức bách cưỡng ép người, khiến họ không dám không hiến dâng tiền tài cho quý vị. Thế nhưng điều này hoàn toàn không phải cam tâm tình nguyện, là bị bức bách nên bất đắc dĩ phải làm. Đó gọi là *"ngang ngược cướp lấy tiền tài người khác"*. Đương nhiên những người như vậy là có thế lực mạnh mẽ, có oai thế, có thế lực, họ dễ dàng cướp lấy tiền tài [của người khác], nhưng quả báo cũng chính họ phải gánh chịu. Sự thật cụ thể, trong xã hội hiện tại này đi đến đâu cũng nhìn thấy được.

Đặc biệt phải lưu ý chính bản thân mình, khi tự mình có một chút quyền thế, liệu có dựa vào quyền thế để khinh thường, bức bách người khác hay không? Điều này chúng ta đặc biệt phải lưu ý. Thông thường chúng ta tự mình làm, tự mình không hay biết, không thể nhận biết, cũng không biết được tính nghiêm trọng của việc này, nói chung là xem thường bỏ qua mà phạm vào nghiệp tội. Khi tạo tội thì dễ dàng, nhưng phải biết là người bị hại trong lòng thật không cam tâm, ví như trong một đời này họ không thể trả thù thì cũng đợi đến đời sau: *"Khi nhân duyên hội đủ, quả báo phải tự mình gánh chịu."* Đây là danh ngôn của muôn đời. Chúng ta cần ghi nhớ, quyết định không thể nói đây là mê tín, rằng bất quá chỉ là nói để khuyên người làm việc thiện, hoàn toàn không phải sự thật. Chúng ta suy nghĩ như vậy là sai lầm. Phải biết rằng đây là chân tướng sự thật.

Nhà Phật thường nói: *"Nhân quả tương thông ba đời."* Suy ngẫm cho kỹ, chúng ta trong một đời này, tiếp nhận những lời răn dạy của chư Phật, Bồ Tát, cũng có thể miễn cưỡng gọi là tâm hiền thiện, ý niệm hiền thiện, việc làm hiền thiện. Cứ theo lý mà nói, cho dù chúng ta làm bất cứ việc gì, lẽ ra cũng đều không gặp chướng ngại, lẽ ra phải luôn được xuôi buồm thuận gió thì mới đúng, vì sao chướng duyên của ta vẫn nhiều đến thế, như vậy là lý lẽ gì?

Không cần nói đến chuyện của riêng ta, chúng ta xem trong kinh Phật cũng thấy, đức Phật Thích-ca Mâu-ni, đó là đã chứng đắc quả vị viên mãn Bồ-đề, khi ngài ở thế gian giáo hóa chúng sinh, thực sự đã triệt để đạt đến mức vô tư vô ngã, tâm ý thuần thiện, hành vi thuần thiện, nhưng vào thời ấy vẫn gặp phải rất nhiều chướng ngại tật đố, biết bao phiền toái. Có người phê bình ngài, có người hủy báng ngài, có người gây chướng ngại cho ngài. Như vậy nguyên nhân là gì? Chúng ta hiểu rõ rằng, đức Thế Tôn lúc còn chưa thành Phật, khi còn tu hành ở địa vị phàm phu cũng từng mắc lỗi với không ít người. Sau khi ngài thành Phật, những oán thân trái chủ liền tìm đến. Về mặt đời sống vật chất, kinh điển còn ghi chép lại Đức Thế Tôn có ba tháng phải chịu *"quả báo ăn lúa ngựa"*, là người phước đức viên mãn như vậy mà không có thức ăn, dù sống đơn giản đến như vậy nhưng lại không có bất cứ món gì để ăn, đó là gặp phải thời đói kém.

Nhà Phật thường nói: *"Dục tri tiền thế nhân, kim sinh thụ giả thị."* (Muốn biết nhân đời trước, xem quả nhận đời này.) Những gì chúng ta nhận lãnh trong đời này chính là do nghiệp nhân đã tạo trong đời quá khứ. Quả báo ta nhận lãnh trong hiện tại, do nghiệp nhân không tốt trong quá khứ cho nên mới gặp phải những quả báo không tốt này. Thế nhưng chúng ta phải suy ngẫm cho thật kỹ, đời này chúng ta tạo nhân tốt đẹp, không gây oan uổng cho người nào, không khởi tâm sân hận với bất kỳ người nào, hoàn toàn dùng tâm hiền thiện, ý niệm hiền thiện để xử sự, đối đãi với người, tiếp xúc muôn vật, đó là sự tu nhân của chúng ta trong đời này, quả báo là ở kiếp sau, ở những đời sau nữa. Từ đời thứ ba trở về sau nữa đều gọi chung là đời sau. Quả báo đời sau tốt đẹp, trong đời này có gặp phải đôi chút không may, [nhân đó bao nhiêu] nợ cũ được tính sổ, những nhân quả bất thiện đều hết sạch, con đường tương lai thật tươi sáng rỡ ràng. Ý nghĩa này rất sâu xa, phải thấu hiểu rõ ràng rồi thì chúng ta mới chịu làm việc thiện, mới biết làm việc thiện đối với bản thân mình được lợi ích lớn lao, quyết định không làm điều ác. Một đời này làm việc thiện, chịu hết những gian nan khốn khổ, ý niệm làm việc thiện của chúng ta như vậy quyết định không thay đổi. Đó chính là trong nhà Phật nói: *"Không mê muội nhân quả."* Không phải không có nhân quả, là không mê muội chuyện nhân quả, khi nhận chịu quả báo nhận biết rõ ràng sáng tỏ, không oán trời trách người.

Ta đối với người chân thành, đối với người tốt đẹp, người ấy vì sao có ác ý với ta? Đó là đã từng kết oán trong quá khứ, chúng ta phải chấp nhận, hoan hỷ đón nhận, vẫn đem tâm chân thành, chí thiện để đối đãi, oán kết liền được hóa giải. Đó gọi là: *"Oan gia nên giải không nên kết."* Quyết định không thể nói rằng người khác đối với ta không tốt ta cũng sẽ đối lại không tốt. Như vậy là sai lầm. Đức Thái Thượng ở chỗ này nêu ra rất nhiều sự việc tiêu biểu, những sự việc tiêu biểu này hết sức sâu rộng, quả báo rất đáng sợ. Nói chung những kẻ cậy quyền thế xem thường người khác, có khi lúc đó không hề hay biết. Phần dưới nói rõ quả báo: *"Cả gia đình vợ con đều phải gánh chịu."* Đó là tất cả quyến thuộc trong gia đình. Quý vị tạo nghiệp tội, vì sao lại liên lụy đến quyến thuộc trong gia đình? Vì tiền tài quý vị lấy được thì tất cả quyến thuộc trong gia đình đều sử dụng.

Vì thế, chỗ này chúng ta cần suy nghĩ thêm, đối với tiền tài phi nghĩa, nếu chúng ta dính dấp vào đôi chút thì tương lai cũng phải chịu liên lụy, ý nghĩa là như vậy. Có người mang biếu tặng chúng ta tiền tài bất nghĩa, chúng ta không thể nhận, [nếu không sẽ] phải chịu quả báo liên lụy.

Cho nên nhà Phật dạy, bố thí phải dùng *tịnh tài* (đồng tiền trong sạch), bố thí trong sạch. Không thể nói rằng ta cướp tiền của người khác, trộm tiền của người khác rồi mang ra bố thí cúng dường. Đó là tiền tài không trong sạch, như vậy phải chịu quả báo xấu ác. Quý vị cúng dường Phật, Phật có tiếp nhận hay không? Nếu Phật nhận lấy, tương lai cũng bị quý vị lôi kéo liên lụy. Nghiệp nhân quả báo thì chư Phật Như Lai cũng không thể tránh khỏi. Đó là chân lý. Không thể nói thành Phật rồi, thành Bồ Tát rồi thì thiếu nợ tiền không cần phải tính sổ, thiếu nợ mạng không phải đền mạng, đâu có lý nào như vậy?

Chúng ta xem thấy trong Cao Tăng Truyện, ngài An Thế Cao là bậc cao tăng đắc đạo, trong quá khứ đã từng vô ý làm chết hai người. Không phải là cố ý, chỉ là vô ý làm chết. Khi ngài đến Trung quốc vẫn phải hai lần đền nợ mạng, cũng bị người khác vô ý hại chết. Ngài rõ biết sáng tỏ, món nợ này không thể không trả. Vậy mới biết rằng sự việc này nghiêm trọng đáng sợ.

Tiền tài phi nghĩa chúng ta không thể dùng đến. Chúng ta ngày nay đã xuất gia, tự mình không làm việc mưu sinh kiếm sống, hết thảy tiền bạc vật dụng đều do bốn chúng đồng tu cúng dường. Khi nhận cúng dường, quý vị phải tỉnh táo quan sát kỹ, tiền bạc ấy phải trong sạch thanh tịnh, không phải tịnh tài thì không thể thu nhận, để tránh tương lai không bị liên lụy phiền toái. Người ta đến cúng dường, nhất là cúng dường với số lớn, cần phải hỏi lại: *"Tiền này của quý vị từ đâu mà có?"* Năm trước, Hàn Quán trưởng từng có trí tuệ như vậy. Có lần tại Đồ Thư Quán, một cư sĩ mang đến cúng dường năm trăm ngàn đồng, bà liền hỏi người ấy, tiền của ông từ đâu mà có? Ông làm công việc gì? Hoàn cảnh sống của gia đình ông thế nào? Sau khi dò hỏi kỹ, người ấy chỉ là một người hết sức bình thường [không giàu có], Hàn Quán trưởng liền nói, tiền của ông cầm về, tôi không nhận.

Không phải cứ thấy tiền là mở to đôi mắt, như vậy sao được! Đó là mở ra những gì? Đó là ác quỷ, là mở cửa vào ba đường ác. Nhất định phải biết được tiền của người cúng dường từ đâu mà có, sau đó chúng ta mới cân nhắc suy tính việc có thể nhận hay không, để tránh sự liên lụy, họa hoạn về sau vô cùng.

"Dần dần cho đến chết chóc", chúng ta hiện nay gọi là cửa nhà tan nát, nhân mạng tiêu vong. Trong thế gian này, thời xưa cũng có, ngày nay càng nhiều hơn. Quý vị xem, như một công ty kinh doanh hết sức lớn, lừa gạt khách hàng, dùng đủ mọi thủ đoạn bất chính, những cổ phiếu hiện tại đều là bất chính, có được từ những thủ đoạn bất chính. Chưa được mấy năm, công ty ấy đã sụp đổ, phá sản, người chủ phải chịu sự chế tài của pháp luật. Pháp luật chế tài là hoa báo, còn quả báo đời đời kiếp kiếp phải đền trả nợ. Việc gì phải làm những việc như vậy?

Những việc như thế này, ngày nay đối với những người thực sự có năng lực, có cơ hội lừa gạt người khác, chiếm lấy tiền tài của người khác cho vào túi mình thì người đời đều cho rằng đó là người có bản lĩnh, năng lực lớn, là người có trí tuệ, là hết sức cao minh! Đâu biết rằng kẻ ấy đang tạo nghiệp tội đọa vào ba đường ác? Người đời ngu si, đều có quan niệm sai lầm ấy, quý vị nói xem, như vậy sao có thể được! Chúng ta lấy việc ấy xem là có bản lĩnh, họ có thể lừa gạt, ta không lừa gạt được! Loại nghiệp nhân quả báo này, chúng ta chỉ cần tỉnh táo một chút thì có thể thấy ngay trước mắt mình, chúng ta thấy được rất nhiều trường hợp. Suy ngẫm đến chư Phật, Bồ Tát, so với những lời chỉ dạy của các bậc hiền thánh xưa đối với chúng ta đều hoàn toàn chính xác, hoàn toàn tương ưng.

"Nếu không chết chóc" thì cũng có những tai nạn thường đến với kẻ tạo tội này, đó là các nạn *"nước, lửa, trộm cướp"*. Câu tiếp theo nói *"mất mát đồ vật"*, việc này cũng thường có. Chúng ta thấy rất nhiều nhà giàu có, ngày nay trên toàn thế giới ở những nơi có phong cảnh xinh đẹp, họ đều có sản nghiệp lớn, đều xây dựng biệt thự, cho đến sau khi chết rồi, biệt thự của họ thật chưa từng đến ở qua một ngày, một ngày cũng chưa từng ở qua, đó gọi là *"mất mát đồ vật"*. Những chuyện như vậy rất nhiều.

Cách đây nhiều năm, tôi giảng kinh ở Đài Bắc, đại khái cũng khoảng xấp xỉ ba mươi năm rồi. Có một vị cư sĩ đưa tôi đến núi Dương Minh, ngụ lại một ngôi biệt thự cực kỳ xinh đẹp tráng lệ. Vị này là ai? Chính là ông Trần Tra Mỗ.[1] Ngôi biệt thự này quả thật hết sức nguy nga tráng lệ, tôi đã ở lại đó một ngày. Xây dựng lên một ngôi biệt thự lớn như vậy, nhưng ông không có thời gian đến ở, phải nhờ hai người ở đó chăm sóc. Hai người này có phước báo, quý vị xem họ được ở trong căn nhà tốt đẹp như vậy, lại còn phải trả tiền cho họ, nhờ họ ở đó, còn bản thân ông chủ tôi nghe nói trong suốt một đời chỉ đến ở lại được trong biệt thự này duy nhất qua một đêm. Thật là tạo nghiệp! Số tiền lớn như thế, vì sao không dùng làm những việc tốt đẹp? Người đời nghèo khổ rất nhiều, sao không giúp đỡ hỗ trợ cho họ, tạo công đức chân thật, mà lại làm chuyện mê muội như vậy. Chúng ta biết được rằng những người như vậy, ở rất nhiều nơi trên khắp thế giới này họ đều có biệt thự, đều có sản nghiệp. Một khi hơi thở không còn, mạng sống chấm dứt, không một món gì mang theo được. Hết thảy đều vì tự tư tự lợi, không suy nghĩ vì xã hội, không suy nghĩ vì chúng sinh. Những chuyện như vậy rất nhiều.

---

[1] Trần Tra Mỗ (1897-1993), một trong năm người giàu nhất Đài Loan (Đài Loan ngũ đại phú hào).

"Bệnh tật, gặp nạn miệng lưỡi." Gặp nạn miệng lưỡi là chỉ việc bị người khác phê bình chỉ trích, bị người khác hủy báng, làm nhục. Những việc như vậy có rất nhiều. *"Để trả giá cho sự chiếm đoạt sằng bậy."* Quý vị vì sao gặp những chướng nạn như vậy? Đó là trong quá khứ quý vị đã từng dùng oai quyền, thế lực cưỡng bức đoạt lấy tài vật của người khác, nên quý vị phải gặp những quả báo này. Quý vị xem qua đoạn văn này không dài, nhưng cũng đã chỉ rõ được cho chúng ta những quả báo rộng khắp, phức tạp. Chúng ta quay lại tự xét kỹ bản thân mình, trong một đời này, những gì chúng ta gặp trong cuộc sống, trong công việc, trong khi xử sự, đối đãi với người, tiếp xúc muôn vật, quý vị suy ngẫm lại đủ mọi điều bất như ý, hết thảy đều là do những nghiệp tội đã tạo trong đời quá khứ, cho nên trong đời này phải nhận lãnh quả báo.

Quyết định không thể nói rằng hết thảy những điều tạo tác đều không có quả báo. Nói như vậy là tri kiến tà vạy sai lầm. Chỉ khi thực sự hiểu rõ được ý nghĩa cũng như chân tướng sự thật của nghiệp nhân quả báo, ta mới thực sự hồi tâm chuyển ý, không còn sinh khởi một ý niệm xấu ác nào. Vì sao vậy? Vì khởi lên một ý niệm xấu ác là chuốc lấy phiền toái cho chính mình. Ý niệm xấu ác đã không sinh khởi thì đâu có ý niệm xấu ác? Đâu có hành vi xấu ác? Con đường tu đạo Bồ-đề mới được thuận buồm xuôi gió.

Quý vị nên biết, kể từ ngày khai ngộ trở về sau, đời đời kiếp kiếp mới không làm việc xấu ác. Sau khi thành Phật vẫn phải nhận quả báo, đó là những việc làm trước đây khi chưa học Phật, những việc làm khi còn chưa hiểu rõ đạo lý, sau khi thành Phật rồi vẫn phải nhận lãnh. Thành Phật mà còn không né tránh được, nói chi đến lúc đang tu hành đạo Bồ Tát? Cho nên, Bồ Tát ứng hóa tại thế gian, tuy đã phá sạch bốn tướng, bốn kiến chấp, nhưng nghiệp nhân quả báo của các ngài trong đời quá khứ vẫn hiện tiền. Nhân quả hiện tiền đó là như Đại sư Bách Trượng nói *"không mê muội nhân quả".* Các ngài rõ biết, các ngài sáng tỏ, biết rõ các hình thức quả báo nào là do những nghiệp nhân nào của quá khứ hiện hành trong hiện tại. Chúng ta phàm phu không rõ biết, không biết được chân tướng sự thật, từ đó oán trời trách người. Oán trời thì sao? Đó là tội lại thêm tội, nghiệp tội như vậy càng nặng thêm.

Cho nên con người nếu không giác ngộ, nói thật ra càng ngày càng tệ hơn. Vì sao vậy? Vì những gì tích lũy là nghiệp tội, không phải công đức. Chỉ người thực sự giác ngộ mới làm được việc tích lũy công đức, không còn tiếp tục tạo nghiệp nữa, cho dù gặp tai nạn thế nào, chịu oan ức tủi nhục đến thế nào cũng cam tâm tình nguyện nhẫn chịu, đó là tiếp nhận quả báo. Trong quá khứ mình làm việc bất thiện, ngày nay chấp nhận quả báo. Nếu không phải người thực sự giác ngộ, họ không chấp nhận, trong lòng họ bất bình. Bất bình [thì phản ứng lại rồi tạo nghiệp,] đó là oan oan tương báo, không khi nào chấm dứt. Nhưng oan oan tương báo như vậy hết sức đáng sợ, qua mỗi kiếp lại càng nghiêm trọng hơn, không giảm nhẹ, chỉ ngày càng nặng thêm, cho nên hết sức đáng sợ, đến cuối cùng ắt phải đọa vào địa ngục. Oan oan tương báo thì cả đôi bên đều vào địa ngục.

Chúng ta thật hết sức may mắn được đọc kinh Phật, hiểu rõ được ý nghĩa và sự thật chân tướng, từ nay về sau nhất định đối với những việc này phải răn ngừa, dứt sạch.

Hôm nay thời gian đã hết, chúng ta giảng đến đây thôi.

Bài giảng thứ 189

(Giảng ngày 15 tháng 4 năm 2000 tại Tịnh Tông Học Hội Singapore, file thứ 190, số hồ sơ: 19-012-0190)

Thưa quý vị đồng học, cùng tất cả mọi người.

Xin mời mở sách *Cảm ứng thiên*, đoạn thứ 120: *"Hựu uổng sát nhân giả, thị dịch đao binh nhi tương sát dã."* (Lại như kẻ giết oan người khác, đó là đổi binh khí mà giết lẫn nhau.)

Phần trước đã nói *"hoạnh thủ nhân tài"* (ngang ngược cướp lấy tiền tài người khác), đó là thuộc về tội trộm cướp. Trộm cướp quyết định là vay nợ, vay nợ đương nhiên phải trả lại. Đức Phật đã giảng với chúng ta hết sức rõ ràng. Những lời Phật thuyết đều là sự thật. Nhân quả tương thông cả ba đời quá khứ, hiện tại và tương lai, cho nên thiếu nợ là phải trả.

Đoạn này nói về giết hại sinh mạng. Giết hại sinh mạng là nợ mạng. Nợ mạng sống quyết định phải đền trả bằng mạng sống. Do đó có thể biết rằng, giết hại với trộm cướp thực ra chính là tự hại mình, quyết định chỗ này không giành được lợi lộc gì, không đạt được ích lợi gì. Nếu chúng ta hiểu rõ được ý nghĩa này, rõ biết được chân tướng sự thật thì quyết định sẽ không làm những việc như vậy.

Ngược lại, người không trộm cướp sẽ được giàu có, người không giết hại sinh mạng sẽ được sống lâu. Quý vị suy ngẫm xem, giàu sang, khỏe mạnh, sống lâu là những điều người ta mong cầu, vì sao lại tạo những nghiệp ác kia làm tổn hại đến tiền tài, mạng sống của chính mình? Đó thật là ngu si hết mức.

Phần chú giải nói hết sức rõ ràng. Tuy không chú giải nhiều, nhưng quả thật đủ để cảnh tỉnh chúng ta đối với sự thật này phải xem trọng. Trong phần tiểu chú nói: *"Trước đã nói chuyện ngang ngược cướp lấy tiền tài người khác."* Nhắc lại phần trước đã nói về việc cướp lấy tiền tài người khác. *"Lại đem việc giết oan nói tiếp theo."* Phần tiếp theo là nói chuyện giết người oan uổng. *"Việc giết oan người khác, thường là do tham tiếc tiền của mà làm."* Từ xưa đến nay, ở khắp mọi nơi, việc này chúng ta nghe nói đến quá nhiều, nhìn thấy cũng quá nhiều. Đặc biệt là gần đây, trên tin tức báo chí hầu như ngày nào cũng nhìn thấy. *"So với lời Mạnh tử nói rằng 'chẳng phải tự mình giết một cách gián tiếp rồi sao',*[1] *ý nghĩa câu chữ thật tương đồng, hết sức thẳng thắn, trực tiếp. Việc giết oan người khác, lược kể nguyên nhân có bảy điều."* Ở đây nêu ra bảy trường hợp giết người oan uổng.

Trong kinh Phật dạy rằng, mạng người có *thân mạng*, có *tuệ mạng*. Trong việc giết người, người thường chỉ biết đến việc đoạn dứt thân mạng, không biết đến trường hợp làm chướng ngại hoặc đoạn dứt tuệ mạng của người khác. Tội lỗi này so ra còn nghiêm trọng hơn cả việc giết người. Ý nghĩa và sự thật này, quả thật nếu không phải bậc đại thánh đại hiền thì không thể nói ra được. Giết thân mạng người khác, có những người thế tục thông thường nói rằng, sau bốn mươi chín ngày họ sẽ đầu thai. Họ bị người giết oan uổng, nếu như phước lộc của họ vẫn còn chưa hết, họ sẽ đầu thai trở lại làm người. Đó gọi là: *"Hai mươi năm sau lại làm một trang hảo hán."* Đây là nói hiện tượng luân hồi nhân quả tuần hoàn, là sự thật, người bị giết oan sẽ quay lại báo thù.

Trong lúc báo thù như vậy, bậc thánh hiền khuyên chúng

---

[1] Ở đây chỉ lược nói, nguyên đoạn này trong sách Mạnh tử (Tận tâm, Hạ) nói như sau: *"Giết cha người khác, người khác cũng giết cha mình. Giết anh người khác, người khác cũng giết anh mình. Như vậy chẳng phải tự mình giết cha, giết anh của mình một cách gián tiếp rồi sao?"*

ta: *"Oan gia nên cởi mở, không nên buộc thêm vào."* Việc gì phải kết oán thù cùng người khác? Phải hết sức nỗ lực hóa giải oán thù, mọi người cùng sống chung hòa bình, hợp tác hỗ trợ, như vậy tốt đẹp biết bao! Việc gì phải đòi nợ, trả nợ, phải báo oán qua lại với nhau? Ân oán kéo dài đời đời kiếp kiếp chính là nhân tố hàng đầu trong quả báo luân hồi.

Những chuyện này nói tóm lại đều khởi sinh từ tham lam, sân hận và si mê. Cho nên, đức Phật dạy rằng tham sân si là ba món phiền não độc hại. Ba độc nếu không tiêu trừ, không chỉ là phải luân hồi không dứt mà ba đường ác cũng đều không thể xa lìa được. Kinh Địa Tạng Bồ Tát Bản Nguyện nói rất rõ ràng, chúng ta thường tụng đọc, phải ghi nhớ. Bồ Tát từ bi ở trong đường ác cứu độ chúng sinh, chỉ cần quý vị thực sự sinh khởi một chút căn lành, Bồ Tát liền giúp đỡ hỗ trợ quý vị. Thế nhưng giúp cho quý vị được siêu thoát, được lại thân người rồi, chẳng bao lâu quý vị cũng sẽ quay trở vào ba đường ác. Hiện tượng này, nhân quả này, chúng ta nhìn thấy rất rõ ràng. Chỉ cần quý vị tỉnh táo một chút thì có thể thấy được ngay trước mắt, ngay ở chung quanh chúng ta. Chúng ta có thể không cảnh tỉnh được sao? Nếu không cảnh tỉnh, đó là ngu si. Vẫn thuận theo phiền não, vẫn thuận theo tập khí, chính như trong kinh điển nói là *"người rất đáng thương"*, là kẻ *"nhất-xiển-đề"*.[1] Nói *nhất-xiển-đề* hay người rất đáng thương, đó không phải nói đến người khác, trong kinh điển mỗi câu mỗi chữ đều là nói với chính bản thân ta, cần phải cảnh giác, cần phải giác ngộ.

Chỗ này, trong sách nêu lên với bảy trường hợp điển hình. Thứ nhất là xử án, tức là trường hợp quan tòa xử án nhận tiền hối lộ, xử oan cho người khác, giết oan người khác. Đây là hình thức giết người oan uổng thứ nhất, từ xưa đến nay ở khắp mọi nơi đều có.

---

[1] Nhất-xiển-đề: được hiểu theo nghĩa thông thường nhất là người không có niềm tin vào Tam bảo: Phật, Pháp và Tăng-già.

Trường hợp thứ hai là *"hành sư"*. Hành sư là ý nghĩa gì? Chữ sư ở đây nghĩa là quân đội. [Hành sư là nói] lúc hành quân, tác chiến, buông thả cho quân lính thuộc hạ cướp bóc tài sản của người dân, vô cớ giết hại, mạo nhận lấy công lao. Những chuyện như vậy là thật có. Trong lịch sử cũng có rất nhiều. Cho nên, chúng ta xem trong lịch sử, từ xưa đến nay, những người làm tướng soái quân đội mà có thể có con cái tốt đẹp, có con cháu tốt đẹp là hết sức hiếm hoi. Nguyên nhân là gì? Là vì vô cớ lạm sát người dân. Chỉ có những vị tướng soái hiểu rõ lý lẽ, có đọc sách thánh hiền, thương yêu che chở người dân thường là có được con cháu nối dòng tốt đẹp. Những người như vậy rất hiếm. Trong lịch sử Trung quốc nổi danh nhất có Quách Tử Nghi, một tướng soái nho nhã, có con cháu đời sau rất tốt đẹp.

Cho nên chúng ta quan sát kỹ trong lịch sử, nói chung những người không biết quý tiếc mạng người, những tướng soái như vậy thì con cháu nối dòng hết sức thê thảm, thậm chí chính tự thân họ cũng không giữ được. Những chuyện như vậy có rất nhiều.

Trường hợp thứ ba là dùng thuốc, đó là nói những người làm thầy thuốc. Hiện nay những thầy thuốc như thế này rất nhiều. Bệnh của quý vị hết sức đơn giản, hết sức dễ dàng điều trị, nhưng vì họ muốn kiếm tiền nên cố ý không điều trị tốt cho quý vị. Vì sao vậy? Để mỗi ngày quý vị đều phải tìm đến họ, mỗi ngày đều phải trả tiền khám bệnh. Tâm ý như vậy hết sức xấu xa, cũng đồng như việc giết người. Kéo dài bệnh tật của người khác, khiến bệnh nhẹ trở thành bệnh nặng, rốt cùng thành không thể trị được nữa. Cho nên đó là cố ý giết người. So với những việc khác, dùng y thuật mà giết người là tội nặng hơn hết, nhưng mục đích bất quá cũng chỉ để kiếm tiền mà thôi.

Trường hợp thứ tư là phá thai, người hiện nay thường nói là làm cho hư thai. Phá thai là giết người, tội hết sức nặng.

Người đời hiện nay không hiểu ý nghĩa này. Quý vị xem trong lời Phật dạy, một đứa trẻ tái sinh vào nhà quý vị là cùng với quý vị có bốn loại duyên. Có duyên đến để trả ơn. Nếu là để trả ơn, quý vị lại giết đi, ơn trả oán đền, ơn lại kết thành oán thù. Quý vị nói xem có phiền toái hay không? Nếu là duyên đến để báo thù, báo oán, một khi bị giết thì oán chồng thêm oán, thù oán càng nặng nề hơn. Cho nên chuyện này quyết định không được làm, là nghiệp tội cực kỳ nặng nề. Đọc qua kinh Phật rồi mới hiểu được loại nghiệp nhân quả báo này hết sức đáng sợ.

Người đời vì sao hiện nay làm việc [phá thai] này hết sức phổ biến? Chúng ta thường khi ra bên ngoài đi trên xe [buýt], thấy trên thành xe có các tấm quảng cáo: *"Phá thai - một ngàn hai trăm đồng"*. Các thầy thuốc làm quảng cáo như vậy, chuyên môn giúp người phá thai. Những thầy thuốc như vậy, nói một lời khó nghe, chính là những kẻ đao phủ giết người, chuyên môn giết người. Họ giết một người được bao nhiêu tiền? Bất quá chỉ được một ngàn hai trăm đồng, mà tội lỗi thật không thể chấp nhận! Một đời họ thiếu nợ bao nhiêu mạng người, lợi ích có được là bao nhiêu? Lại đi làm chuyện quá ngu mê như vậy. Thế gian có rất nhiều nghề nghiệp để mưu sinh, họ không làm, lại đi làm chuyện như vậy. Đó chính là giết người.

Giết hại loài vật thì càng không cần phải nói, còn nhiều hơn nữa. Loài vật cũng là mạng sống. Nếu quý vị giết chết một mạng, trong tương lai nhất định phải đền lại một mạng. Trong thế gian vì sao có chiến tranh? Vì sao có đổ máu? Không gì khác hơn là quả báo của nghiệp giết hại. Đức Phật dạy rất rõ ràng, nếu muốn thế gian này vĩnh viễn không có kiếp nạn đao binh, kiếp nạn đao binh là chiến tranh, muốn vĩnh viễn tránh được chiến tranh, Phật nói chỉ một câu: *"Trừ phi chúng sinh không ăn thịt."* Nếu chúng sinh hoàn toàn chấm dứt việc ăn thịt thì thế gian này không có chiến tranh, thực sự là tránh được. Nói cách khác, nếu quý vị muốn ăn thịt chúng sinh thì quý vị không thể nào tránh được họa hại chiến tranh.

Chúng ta học Phật, đặc biệt là người niệm Phật, mong cầu trong một đời này vĩnh viễn thoát khỏi luân hồi, vãng sinh về thế giới Cực Lạc ở phương tây, quý vị suy ngẫm xem có thể ăn thịt được hay chăng? Tuy rằng trong kinh Phật không nói đến chuyện này, nhưng chúng ta tự mình phải suy ngẫm đến. Nếu vẫn còn ăn thịt thì quyết định là không đúng chánh pháp. Nói cách khác, quý vị nếu bỏ ăn thịt thì việc vãng sinh về thế giới Cực Lạc phương tây có thể nắm chắc được. Còn như không thể bỏ, còn miễn cưỡng nói *"tôi ăn ba loại thịt sạch"* thì việc vãng sinh đích thực là không thể nắm chắc được. Việc này lý với sự đều phải hiểu rõ, đều phải sáng tỏ.

Trường hợp thứ năm là tham quan sâu mọt, tham tiền hãm hại, ác độc ngang ngược. Việc này ở Trung quốc từ xưa đến nay đều có. Trong thời gian kháng chiến, tôi đi học ở Quý Châu, vùng Tương Tây, Vân Quý có những người thuộc dân tộc ít người nuôi vật độc, thả độc hại người, đa phần đều vì tham tiền mà làm chuyện hại mạng người, làm những chuyện như vậy.

Trường hợp thứ sáu là phong thủy, dời mộ hại người, dứt mạch gây họa. Đây là nói các thầy xem phong thủy, thường vì tham tiền mà phá hoại phong thủy của người khác. Tâm địa như vậy là bất thiện. Nhà Phật đối với việc này, trong kinh *A-nan vấn Phật cát hung* nói rất rõ ràng, rất sáng tỏ. Trong kinh điển Phật cũng nói về những sự việc này, giảng giải lý lẽ tất nhiên của sự việc. Phong thủy, theo cách nói hiện đại là môi trường cư ngụ. Chúng ta có môi trường cư ngụ, quỷ thần cũng có môi trường cư ngụ. Chúng ta phá hoại môi trường cư ngụ của quỷ thần là chuốc lấy tai họa.

Trong Giới kinh, Phật dạy chúng ta, cây cối cao hơn thân người đều có thần cây. Thần cây là gì? Là một loài linh quỷ nương dựa vào cây cỏ. Họ nương dựa vào đó xem như nhà của họ, họ cư ngụ ở đó. Không phải cây thành tinh, thành thần, mà là có quỷ thần cư ngụ ở chỗ đó. Cho nên Phật dạy các vị tỳ-kheo, trước đây ở trên núi lập am tranh, khởi công xây dựng am tranh đương nhiên phải chặt cây cối. Khi chặt cây thì nhất định trước đó ba ngày phải cúng tế, tụng kinh, chú nguyện, thỉnh các vị ấy dời nhà đi, trước hết có sự trình bày, phải mượn lấy chỗ ở của các vị để dựng am tranh tu hành. Quan hệ giữa người với người phải ứng xử tốt, quan hệ giữa người với quỷ thần cũng phải ứng xử thật tốt. Mời thỉnh họ đi nơi khác, không phải tùy tiện có thể chặt phá.

Cho nên, ngày nay thiên tai, nhân họa quá nhiều như vậy, rốt lại do đâu phát sinh, không ai biết được. Con người thời nay chỉ nói chuyện khoa học, nhưng khoa học chưa đạt đến trình độ này.

[Trường hợp đang nói đây] cũng là thuộc về tội giết người.

Trường hợp thứ bảy là thầy dạy không có kiến thức. Đây là giết chết tuệ mạng của người khác. Thầy dạy này mê hoặc con em người khác, làm mê hoặc suốt đời, làm hại con em người khác. Điều này khác với kẻ giết người, một bên là giết thân mạng người, một bên là giết tuệ mạng người, đều là tội ác.

Phần sau kết luận rằng: *"Không gặp tai họa do người cũng phải chịu hình phạt của trời, tuy nói là giết người, kết quả cuối cùng là tự giết mình."* Đặc biệt là giết chết tuệ mạng của người khác, theo trong kinh Phật thì nghiệp tội đó so với kẻ giết chết thân mạng người khác thật không biết nặng nề hơn biết bao nhiêu.

Về chuyện này, trước đây tôi từng giảng kinh *Phát Khởi Bồ Tát Thù Thắng Chí Lạc*, mọi người đọc qua kinh này thì hiểu rõ, thì biết được việc gây chướng ngại sự học Phật của người khác tội lỗi nặng nề đến mức nào. Bản kinh vừa mở đầu, đức Phật đã nêu lên một ví dụ điển hình, có hai vị tỳ-kheo giảng kinh thuyết pháp. Có người vì ganh ghét tìm đến phá hoại, đặt điều sinh sự, khiến cho người nghe pháp mất niềm tin đối với pháp sư. Đạo trường giảng kinh đó bị phá hoại. Người tạo thành nghiệp tội đó, chúng ta xem trong kinh thấy được, trong kinh nói là dùng thời gian cõi người của chúng ta, [người ấy phải chịu] mười tám triệu năm đọa địa ngục. Thời gian ở cõi người của chúng ta mười tám triệu năm, thời gian ở địa ngục so ra khác biệt, khác biệt rất lớn, nên trong địa ngục cảm nhận là vô lượng kiếp. Đó gọi là: *"Ngày dài như một năm."* Việc gì phải tạo nghiệp tội như thế?

Ý niệm một khi chuyển đổi được, tùy hỷ công đức [thay vì ganh ghét], phước đức của quý vị là vô lượng vô biên. Tùy hỷ thì quyết định không có sự ganh ghét, không có sự phá hoại, chỉ hoan hỷ ngợi khen tán thán, khuyên bảo người khác nỗ lực tu học, công đức của quý vị so với công đức của người giảng kinh thuyết pháp thật không khác biệt, quả báo thù thắng không thể nghĩ bàn.

Quý vị xem, chuyện họa hay phúc tục ngữ nói rất hay, đều chỉ trong khoảng thời gian của một ý niệm. Một ý niệm giác ngộ sáng suốt, chúng ta trong một đời này tu được vô lượng vô biên phước báo. Một ý niệm mê muội liền tạo ra vô lượng vô biên nghiệp tội. Chư Phật, Bồ Tát đối với chúng ta có ân đức như thế nào, có ân đức lớn lao biết mấy, quý vị từ chỗ này có thể nhận hiểu được. Đây là đức Phật thực sự cứu độ chúng ta, chúng ta phải biết ơn. Dùng phương pháp nào để đền ơn? Đó là phải y theo lời dạy vâng làm, nghe hiểu rõ ràng, hết lòng tin nhận, thực sự nỗ lực làm theo. Đó là đền ơn Phật.

Bài giảng thứ 190

(Giảng ngày 16 tháng 4 năm 2000 tại Tịnh Tông Học Hội Singapore, file thứ 191, số hồ sơ: 19-012-0191)

Thưa quý vị đồng học, cùng tất cả mọi người.

Xin mời mở sách *Cảm ứng thiên,* đoạn thứ 121: *"Thủ phi nghĩa chi tài giả, thí như lậu bô cứu cơ, chậm tửu chỉ hạt. Phi bất tạm bão, tử diệc cập chi."* (Kẻ chiếm lấy tiền tài phi nghĩa cũng giống như dùng thịt thối cho đỡ đói, uống rượu độc cho đỡ khát. Chẳng những không tạm no lòng mà cái chết đã đến.)

Phần chú giải vừa mở đầu đã cho ta biết: *"Đoạn này trình bày rõ cái hại của sự tham lợi. Vì lòng tham lợi của người đời quá nặng nề nên ở đây không ngại lặp lại nhiều lần. Đức Thái Thượng có lòng từ bi, đinh ninh dặn dò nhiều lượt, cặn kẽ đến nơi đến chốn."* Những lời này hết sức khẩn thiết, mỗi câu mỗi chữ đều chân thật.

Những lời răn dạy của các bậc thánh hiền không ngại sự lặp đi lặp lại, so với văn học thế gian thật không tương đồng. Văn học chú trọng nơi vẻ đẹp văn chương, tránh sự lặp lại. Người Trung quốc xưa [trong văn chương] đòi hỏi sự giản yếu, tường minh. Thế nhưng chư Phật, Bồ Tát khuyên bảo dạy dỗ chúng sinh, tập khí của chúng sinh hết sức nặng nề, tuyệt đối không chỉ đôi ba câu mà có thể khiến cho họ quay đầu hướng thiện. Cho nên các ngài phải hết sức khó nhọc đem tâm từ bi, không ngại sự lặp đi lặp lại nhiều lần răn dạy. Chúng ta xem trong kinh Phật thấy được điều này rất nhiều. Trong một bộ kinh Đại Bát-nhã, hai câu *"vô sở hữu"* với *"bất khả đắc"* được lặp lại cả mấy ngàn lần, khiến người xem có ấn tượng rất sâu sắc. Kinh Kim Cang tuy không dài lắm, chỉ hơn năm ngàn chữ, nhưng câu *"thọ trì độc tụng, vị nhân diễn thuyết"* được lặp lại đến mấy chục lần. Nói chung, những khai thị trọng yếu thì chư Phật, Bồ Tát đều không ngại phiền phức, thường xuyên lặp lại.

Văn chương của Cảm ứng thiên là do người Trung quốc viết ra, những chỗ lặp lại không nhiều, so với kinh điển giáo pháp của Phật có khác nhau. Thế nhưng những chỗ trọng yếu, khi giảng đến nghiệp nhân quả báo của [các hành vi] *"sát, đạo, dâm, vọng"* (giết hại, trộm cướp, dâm dục, dối trá) thì cũng lặp lại nhiều lần. Ý nghĩa này chúng ta phải nhận hiểu thật sâu xa. Nhất là đối với con người trong xã hội hiện đại, mê muội đã quá lâu, sự dụ dỗ mê hoặc trong xã hội quá mạnh mẽ, nếu như mỗi ngày không được nghe đinh ninh dặn đi dặn lại, trong xã hội này mà không bị dụ dỗ mê hoặc, không rơi vào đọa lạc, người như thế nhất định là bậc tái sinh, quyết định không phải kẻ phàm phu. Phàm phu khẳng định là không làm được như vậy.

Tôi có nghe một số vị đồng tu nói, Trung quốc đại lục có rất nhiều vị pháp sư trẻ tuổi, có chí học tập kinh điển giáo pháp, phát nguyện hoằng pháp lợi sinh, họ rất khó khăn mới có được một cơ hội đi đến Hương Cảng, đến nước ngoài học tập, thế nhưng không bao lâu sau lại nghe nói họ đã hoàn tục, đã thối lui, sa đọa. Nguyên nhân là gì? Vì không chống nổi với sự mê hoặc dụ dỗ của ngoại cảnh, sự mê hoặc dụ dỗ của năm món dục trong sáu trần cảnh. Điều này biểu hiện đầy đủ lời dạy trong Phật pháp: *"Trong thời mạt pháp, chánh pháp yếu ớt, tà ma cường thịnh."*

Thế nào là chánh pháp yếu ớt? Là sức tu dưỡng, học tập của chúng ta đối với Phật pháp hết sức yếu ớt. Thế nào là tà ma cường thịnh? Là sức dụ dỗ, mê hoặc của bên ngoài hết sức lớn lao, mạnh mẽ. Phát khởi được tâm nguyện tốt đẹp nhưng không chống lại được sự dụ dỗ mê hoặc, từ xưa đến nay không có ngoại lệ. Vào thời xưa, lòng người thuần phác chân chất, cũng vẫn có sức dụ dỗ mê hoặc nhưng không quá lớn mạnh, người có chút tâm đạo vẫn có thể chống chọi được. Trong tình huống đó mà quý vị xem các bậc tổ sư, đại đức xây dựng đạo trường, nuôi dưỡng nhân tài, cũng vẫn tìm đến những nơi núi cao rừng sâu, cách biệt hẳn với nông thôn. Chúng ta có thể hình dung được sự khổ tâm [ngăn ngừa] của các vị. Ở những nơi rừng sâu núi cao, việc cung cấp vật tư, đồ dùng hết sức bất tiện, đều cần đến nhân công vận chuyển, vậy mục đích là gì? Chúng ta hiện nay nhận hiểu rõ ràng, đó là cố hết sức giúp những người mới học giảm thiểu ngoại duyên, giảm thiểu sự dụ dỗ mê hoặc từ bên ngoài, giúp họ đạt được sự định tâm. Cho đến khi thực sự thông đạt sáng tỏ được sự lý nhân quả của nhân sinh vũ trụ, có thể chống chọi vượt qua sự khảo nghiệm, khi ấy mới cho phép xuống núi, gánh vác sứ mạng giáo hóa chúng sinh.

Nếu như không có được năng lực như thế, trí tuệ như thế, quyết định không được rời khỏi tự viện, không được rời khỏi thầy. Đó là bậc thầy ở đạo trường có ơn sâu đức lớn, giúp cho người tu học có nhân duyên phát triển tốt.

Thời xưa như vậy được, ngày nay thì rất khó khăn. Hiện tại do đâu mà khó khăn? Do phong khí xã hội đã thay đổi, trào lưu đã thay đổi. Hiện tại trên toàn thế giới nhấn mạnh vào các yếu tố dân chủ, tự do, khai phóng. Trong Phật pháp có nói đến dân chủ, tự do, khai phóng hay không? Xin thưa cùng quý vị là có. Nhưng đến thời điểm nào mới nói dân chủ, tự do, khai phóng? Là sau khi đã sáng rõ tâm ý, thấy được tự tánh. Cho nên, thế giới Hoa Tạng, thế giới Cực Lạc, pháp giới nhất chân đều là khai phóng, đều là tự do, không hề có mảy may hạn chế. Thế nhưng việc dạy dỗ trong mười pháp giới, trong sáu đường luân hồi thì như vậy không được. Những chúng sinh này chưa giác ngộ. Khi chưa giác ngộ thì thực sự cần có sự quản thúc dạy bảo. Không nghe theo sự quản thúc dạy bảo thì quyết định không thể thành tựu.

Việc đề cao dân chủ, tự do, khai phóng hiện nay là khuynh hướng. Nếu chúng ta phản đối, như vậy là không hợp trào lưu. Nhưng trong thực tế, chính khẩu hiệu *"dân chủ, tự do, khai phóng"* đã phá hoại chánh pháp, phá hoại sự bình an ổn định, phá hoại hòa bình thế giới. Nếu quý vị hết sức tỉnh táo quan sát, suy xét thì mới hiểu được. Con người khi chưa giác ngộ thì vẫn còn tự tư tự lợi, vẫn còn danh văn lợi dưỡng, vẫn còn tham lam, sân hận, si mê, kiêu mạn. Các bậc đại thánh đại hiền ở thế gian cũng như xuất thế gian chỉ cho quý vị sự tự do có mức độ hạn chế, cho phép quý vị được dân chủ, tự do, khai phóng trong chừng mực có giới hạn.

Việc này cũng giống như trường hợp quản lý học sinh. Học sinh tiểu học chưa biết gì, việc quản thúc dạy bảo phải hết sức nghiêm ngặt. Nói cách khác là dân chủ, tự do, khai phóng ở mức độ hết sức hạn hẹp. Đến khi học lên trung học, dần dần lớn tuổi hơn, trí tuệ dần khai mở, mức độ dân chủ, tự do, khai phóng được nới rộng hơn một chút. Lên đến đại học, quý vị đã có năng lực phân biệt tà chánh, đúng sai, mức độ dân chủ, tự do, khai phóng lại càng mở rộng thêm nữa.

Các bậc thánh hiền giáo hóa chúng sinh cũng giống như vậy. Cho nên, đạt đến mức hoàn toàn khai phóng thì đó là bậc Pháp thân Đại sĩ, hai loại phiền não *kiến hoặc* và *tư hoặc* của quý vị đã phá trừ, vô minh trần sa đã phá sạch. Như vậy mới có thể được. Nếu như ở địa vị phàm phu mà không có sự hạn chế mức độ khai phóng, sẽ có những điều này điều khác chướng ngại sự tu học của chúng ta, quyết định sẽ làm tăng trưởng phiền não, chúng không giúp tăng trưởng trí tuệ, chỉ khiến cho những tâm niệm riêng tư, tự tư tự lợi, tham sân si mạn của quý vị ngày càng tăng thêm. Đó là chướng đạo. Nói chung, những điều chướng đạo thì đều là phương pháp của ma làm hại chúng sinh, không phải phương pháp của Phật cứu độ chúng sinh, chúng ta phải từ chỗ này mà nhận hiểu.

Những lời răn dạy của bậc thánh hiền so với văn học thế gian hoàn toàn không tương đồng. Kinh Phật khi được phiên dịch tại Trung quốc phải biến đổi phần nào, vì người Trung quốc chuộng văn vẻ hoa mỹ, đã đem những chỗ lặp đi lặp lại trong kinh điển lược bỏ đi không ít, làm đơn giản đi. Các bậc cổ đức từng nghĩ đến việc này, vẫn bảo tồn được một phần những chỗ lặp đi lặp lại, đó là những chỗ thật không thể không bảo tồn. Nếu như cứ hoàn toàn y theo tiêu chuẩn [văn chương] của người Trung quốc thì Phật pháp không cứu độ được người Trung quốc. Cho nên, thể tài của kinh Phật, trong văn học sử [Trung quốc] được gọi là *"văn biến thể"*. Không phải văn pháp chính quy của người Trung quốc mà thuộc loại biến thể, một số người gọi là văn thông tục, văn bạch thoại, so với cổ văn của Trung quốc thì rõ rệt, đơn sơ hơn. Nói tóm lại, đó là mong cho mọi người vừa xem qua có thể hiểu rõ ngay, có thể được lợi ích ngay. Đó là trí tuệ của các bậc đại sư dịch kinh, là phương tiện khéo léo.

Cho nên, bản văn *Thái Thượng Cảm ứng thiên* trong phần cuối cùng đem những điều *sát, đạo, dâm* đặc biệt lặp lại, dùng những ví dụ để nói rõ nghiệp tội hết sức nặng nề của những hành vi giết hại, trộm cướp, dâm dục.

Vào thời xưa, *"bô"* là loại thịt làm khô, *"lậu"* là bị hư hoại, thối rửa, người hiện nay nói là có nhiều vi khuẩn độc hại, không thể ăn được. *"Chậm tửu"* thì quý vị đều biết là nói rượu độc. Quý vị đói khát, dùng những món [thịt thối, rượu độc] này để ăn uống vào, không những quý vị không được tạm no lòng mà cái chết đã đến ngay.

Trong phần chú giải nói: *"Người đời phạm những tội dâm sát hung nghịch, đều là những việc như vậy không dễ làm, những người như vậy không thường thấy."* Đó là nói người xưa. Đối với người hiện tại thì những chuyện dâm sát hung nghịch này, những điều hung nghịch trái với luân thường, hiện tại trong thế gian này chúng ta vẫn thường nghe nói, như con cái giết cha mẹ, anh em tàn sát lẫn nhau, những việc như vậy rất thường nhìn thấy. Thời xưa là không dễ làm, không dễ thấy, hiện tại rất dễ thấy, chúng ta vẫn thường đọc thấy trên báo chí. Quý vị nói xem, xã hội như vậy sao có thể được?

"Chỉ riêng việc cướp lấy tiền tài thì thiên biến vạn hóa, không thể biết hết." Thế nhưng việc cướp lấy tiền tài người khác thì ở thời xưa cũng thường gặp. *"Thiên hạ không ngày nào không dùng đến tiền tài, cho nên trong thiên hạ lúc nào cũng có những kẻ cướp lấy tiền tài người khác."* Đó là bất nghĩa, không đáng giữ lấy, không phải họ xứng đáng có được, toàn là dùng đủ mọi thủ đoạn bất chính để có được. Những kẻ ấy không biết rằng hậu quả tai hại rất lớn, họ không hề nghĩ đến.

Trong kinh điển, đức Phật dạy chúng ta rằng nhân quả tương thông cả ba đời [quá khứ, hiện tại và tương lai], thiếu nợ mạng sống quyết định phải đền mạng, thiếu nợ tiền quyết định phải trả tiền, không thể trốn tránh được. Việc gì phải thiếu để đời sau phải trả? Đó là hành vi bất trí hơn hết, là việc làm ngu xuẩn hơn hết.

Có người cho tôi biết, hôm nay báo đăng việc Hàn quốc vừa giết đến mấy chục ngàn con trâu. Giết hại mạng sống thì phải đền mạng, mấy chục ngàn con trâu đó, thật khó nói là không ôm hận muốn báo thù. Chúng quay lại báo thù, quý vị làm sao chịu nổi?

Trong kinh điển, Phật dạy rằng tai nạn mà nghiệp giết hại chúng sinh chiêu cảm đến chính là kiếp nạn đao binh, là chiến tranh. Chiến tranh khởi sinh thế nào? Là do oan oan tương báo. Làm sao hóa giải? Phải dùng tâm từ bi hóa giải. Các loài trâu dê, những gia súc của quý vị sinh bệnh đều thuộc về nghiệp báo. Vì sao chúng sinh bệnh? Vì tâm tham lam của con người làm cho chúng sinh bệnh. Người Trung quốc xưa nói rất đúng: *"Bệnh từ nơi miệng vào."* Quý vị nuôi trâu dê, cho chúng ăn những gì? Hiện tại toàn là dùng đến những chất hóa học nhân tạo để bồi dưỡng, cho nên gia súc ăn vào những thứ ấy không hợp vệ sinh, bệnh tật của chúng là do quý vị gây ra. Quý vị làm cho chúng sinh bệnh, quý vị không trị bệnh cho chúng, lại mang chúng ra giết hết, oán khí ngút ngàn này thoát đi đâu cho hết? Cho nên suy ngẫm đến chỗ này thì biết là hậu quả rất đáng sợ. Việc này thật không dám làm! Người hiểu rõ được đôi chút lý lẽ, quyết định không dám làm.

Người thông đạt lý lẽ, gặp phải tình hình [gia súc mắc bệnh quá nhiều như thế] này tuyệt đối không dùng thủ đoạn [giết sạch] như vậy để xử lý, mà cần phải nghiên cứu cải tiến, thay đổi thức ăn cho gia súc.

Trong Phật pháp dạy rằng, hết thảy mọi người trong xã hội đều phải tu dưỡng tâm từ bi. Trong con mắt của người thế gian hiện tại thì Phật pháp là một tôn giáo, là mê tín, hoàn toàn không thể tiếp nhận được. Như vậy thì thật là hết cách! Chúng ta từ chỗ hết sức nhỏ nhặt mà quan sát, trong nhà bếp của gia đình chúng ta đều có những con vật nhỏ như ruồi, kiến, gián... thường thường xuất hiện. Người không hiểu Phật pháp vẫn thường dùng thuốc trừ côn trùng để đối phó với những con vật nhỏ bé này, giết sạch chúng đi. Thế nhưng rồi vẫn thường nhìn thấy chúng. Người học Phật dùng phương pháp khác hơn, quyết định không giết hại những con vật này, quyết định dùng tâm từ bi đối đãi với chúng, nhưng ngược lại chỉ qua một thời gian tự nhiên không còn thấy chúng nữa. Bởi chúng có linh tính, chúng biết cảm động. Quý vị đối tốt với chúng, chúng không đến quấy nhiễu quý vị. Quý vị đối với chúng không tốt, xem thường chúng, giết hại chúng, chúng không đủ sức lực để báo thù, một mai khi có sức mạnh chắc chắn chúng sẽ báo thù.

Cho nên, giới *"không giết hại"* phải nghiêm cẩn giữ theo, cùng với các giới *"không trộm cướp, không tà dâm, không nói dối"*, nhà Phật gọi là bốn giới quan trọng. Đây là bốn điều giới căn bản, quyết định phải thọ trì. Đem tâm trì giới, ý niệm trì giới mà tu tập mười nghiệp lành thì mười nghiệp lành đó mới có thể tu tập được đầy đủ trọn vẹn.

Hôm nay thời gian đã hết, chúng ta giảng đến đây thôi.

Bài giảng thứ 191

(Giảng ngày 17 tháng 4 năm 2000 tại Tịnh Tông Học Hội Singapore, file thứ 192, số hồ sơ: 19-012-0192)

Thưa quý vị đồng học, cùng tất cả mọi người.

Xin mời mở sách ra, từ đoạn thứ 122 trở đi là phần tổng kết của *Cảm ứng thiên*. Đoạn này theo phân chia chương mục là thuộc phần thứ năm *"suy gốc nhớ nguồn"*: *"Phù tâm khởi ư thiện, thiện tuy vị vi nhi cát thần dĩ tùy chi. Hoặc tâm khởi ư ác, ác tuy vị vi nhi hung thần dĩ tùy chi."* (Khi tâm khởi ý thiện, tuy chưa làm việc thiện nhưng thiện thần đã nương theo. Nếu tâm khởi ý ác, tuy chưa làm việc ác mà hung thần đã bám theo.) Hai câu này tuyệt đối không chỉ là lời nói để khuyên làm việc thiện, quyết định không phải là lời đe dọa, mà là ý nghĩa chân thật, đích thực là sự thật. Chúng ta nhất định phải thấu hiểu sáng tỏ, phải ghi nhớ. Đó gọi là: *"Ngẩng đầu ba thước có thần minh."*

Tâm là nói đến ý niệm. Ý niệm hiền thiện, tuy quý vị vẫn còn chưa làm, nhưng quý vị có được ý niệm hiền thiện, thiện hạnh của quý vị còn chưa biểu hiện ra bên ngoài, chư Phật, Bồ Tát, các vị thần minh trong trời đất đã thấy biết rồi. Một người thông thường có luyện khí công, họ có thể thấy được khí. Tại Trung quốc cũng có không ít [người có] công năng đặc biệt. Họ có thể nhìn thấy hào quang từ con người. Thực sự thì không chỉ riêng con người, bất kỳ một vật thể nào cũng đều có khí, cũng đều có hào quang. Tâm thiện thì hào quang tốt đẹp, sáng rõ, màu sắc đẹp. Trước đây có người có công năng đặc biệt từng nói với tôi, hào quang của chư Phật, Bồ Tát là màu vàng ròng, ánh sáng vàng, ánh sáng trắng, hết thảy đều tốt đẹp. Ánh sáng màu tro xám, ánh sáng màu đen là rất xấu, tâm niệm con người ấy hung hiểm xấu ác, tà vạy xấu ác. Cho nên, những người nhìn thấy như vậy họ có thể phân biệt được người hiền thiện, người xấu ác.

Những người có công năng đặc biệt như vậy thường có một đặc điểm chung là tâm địa thanh tịnh. Tôi cũng từng trò chuyện với những người ấy, có hỏi họ: "Năng lực của các vị có mất đi hay không?" Họ đáp: "Có, khi tuổi tác càng tăng dần thì năng lực cũng mất dần." Vì sao vậy? Vì họ biết thêm quá nhiều chuyện trong xã hội, tâm địa bị ô nhiễm. Cho nên, đa phần những người có năng lực như thế đều là người trẻ tuổi, khoảng trên dưới hai mươi tuổi. Khoảng chưa đến hai mươi tuổi hoặc sau ba mươi tuổi thì rất ít có. Chỉ cần họ có thể giữ gìn được tâm thanh tịnh thì năng lực đó có thể giữ được. Một khi bị danh văn lợi dưỡng, năm món dục trong sáu trần cảnh làm nhiễm ô thì năng lực đó liền lập tức mất đi. Ý nghĩa này thật chính xác, cũng như trong Phật pháp chúng ta nói về thiền định, về tam-muội. Cho nên quý vị có thể đạt được định, quý vị có thể đạt được tam-muội. Những năng lực đó là bản năng, hay nói cách khác, hết thảy chúng sinh mỗi người đều sẵn có.

Năng lực của chúng ta vì sao mất đi? Vì mỗi ngày từ sáng đến tối nghĩ tưởng lung tung, vọng tưởng, phân biệt, bám chấp đã làm cho bản năng của chúng ta bị mất đi. Chúng ta phải hiểu rõ được ý nghĩa này.

Đại sư Ấn Quang trong suốt một đời đề xướng sách *Liễu Phàm tứ huấn*. Bộ sách *Liễu Phàm tứ huấn* này dạy chúng ta nhận biết về nhân quả, tin sâu nhân quả, dạy chúng ta như vậy. Về dứt ác tu thiện, tiêu chuẩn phân biệt thiện ác, Đại sư vì chúng ta đề xuất *Cảm ứng thiên vị biên*, đề xuất *An Sĩ toàn thư*. Ba quyển sách này mới xem qua dường như không phải là Phật pháp, nhưng nói thật ra có thể cứu được hiện tình xã hội, có thể cứu được tai nạn của chúng sinh, so với kinh điển Phật giáo hiệu quả còn nhanh chóng hơn, còn rõ rệt hơn. Vì sao vậy? Vì những điều đức Phật giảng cho chúng ta về tiêu chuẩn thiện ác phân tán trong rất nhiều kinh luận, quý vị phải xem qua rất nhiều kinh luận mới hiểu được. Nay toàn bộ những điều nghiệp nhân quả báo đều được thu thập vào một chỗ. Quý vị đọc một bộ sách này cũng bằng như đọc mấy trăm bộ sách. Đặc biệt là phần chú giải trong sách *Cảm ứng thiên Vị biên*, những tiêu chuẩn thiện ác của Nho giáo, Đạo giáo và Phật giáo tại Trung quốc đều được sưu tập toàn bộ ở đây, là một bộ sách rất hay. Đối với người hiện nay mà nói, đáng tiếc là văn chương có chút sâu xa khó hiểu, tuy cũng đã hết sức đơn giản hóa đi nhưng dù sao cũng vẫn là lối văn cổ. Cho nên chúng ta lần này cũng có duyên phận, mọi người ở đây cùng nhau nghiên cứu thảo luận. Nghiên cứu thảo luận nắm hiểu được các chú giải vẫn chỉ là một số rất ít. Nếu đem các chú giải này ra giảng giải hoàn toàn, phải mất rất nhiều thời gian. Cho nên, phần chú giải rất nhiều, chúng ta thường chỉ chọn lấy một vài điều, đem những ý nghĩa quan trọng giới thiệu với mọi người.

Chỗ này nói chúng ta khởi tâm động niệm, chư Phật, Bồ Tát và các vị thần minh trong trời đất đều thấy biết rất rõ ràng, minh bạch. Người ta có thể lừa dối những chúng sinh ngu muội, không thể lừa dối được chư Phật, Bồ Tát, không thể lừa dối thần minh. Quý vị tạo nghiệp thiện hay ác, quyết định đều có quả báo.

Phần chú giải vừa mở đầu đã *"nêu ra một chữ tâm, chỉ rõ bao nhiêu điều thiện ác của người, muốn cho người biết cẩn thận ngay từ chỗ khởi đầu"*. Đó là từ chỗ căn bản mà bắt đầu tu tập. Chuyển ác làm lành, phải biết rõ từ nơi nguồn gốc mà chuyển. Nguồn gốc là chỗ khởi tâm động niệm. Từ chỗ này mà chuyển, đó là bậc thượng thượng thừa. Người thuần thiện ắt được chư Phật hộ niệm, các vị trời, rồng, thiện thần đều theo bảo vệ giúp đỡ.

Người học Phật cũng biết là phải dứt ác tu thiện, nhưng thông thường thì đối diện ngoại cảnh trước mắt không giữ vững được, rồi cũng làm chuyện ác. Nguyên nhân là tại đâu? Thứ nhất là vì đọc kinh điển quá ít, sức huân tu Phật pháp quá yếu ớt không chống nổi với tập khí phiền não. Nguyên nhân là ở chỗ này. Cho nên trong căn bản giáo dục, đức Phật dạy chúng ta tụng đọc kinh điển Đại thừa, mỗi ngày đều phải đọc kinh. Đọc kinh là gần gũi với chư Phật, Bồ Tát, nghe lời răn dạy của chư Phật, Bồ Tát. Chúng ta mỗi ngày đều đọc *Cảm ứng thiên*, đó là gần gũi các bậc đại thánh đại hiền trong thế gian và xuất thế gian. Điều này vượt qua phạm vi của một tôn giáo. Chúng ta ngày nay ở Singapore, tiếp xúc với chín tôn giáo lớn. Chín tôn giáo lớn này đều khuyên người dứt ác tu thiện, cho nên chúng ta đọc *Cảm ứng thiên*, tin vào *Cảm ứng thiên*, y theo *Cảm ứng thiên* mà tu sửa lỗi lầm của bản thân, như vậy là các vị thần thánh của chín đại tôn giáo đều theo bảo vệ giúp đỡ. Vì sao chúng ta lại không làm? Lỗi lầm thì đương nhiên phải có, vì ta là phàm phu. [Có lỗi thì] mỗi ngày đều sám hối là được.

Tôi dạy các vị đồng học, thời công phu buổi sáng sớm tụng kinh là cảnh tỉnh chính bản thân mình, ghi nhớ lời răn dạy của chư Phật, Bồ Tát, xét trong một ngày hôm nay, những gì ta nên làm, những gì ta không nên làm. Nên làm hay không đều từ chỗ khởi tâm động niệm. [Phải cân nhắc] tâm niệm như thế này có thể khởi sinh, tâm niệm như thế này không được khởi sinh; lời như thế này có thể nói ra, lời như thế này không được nói ra; việc như thế này có thể làm, việc như thế này không được làm. Nếu từ chỗ này mà nỗ lực công phu, đó là tu hành chân chánh. Lão cư sĩ Hạ Liên Cư nói với ta rằng *"phải thực sự làm"*. Nhất định phải biết kiềm chế, ước thúc bản thân.

Thời công phu buổi tối là sám hối, phản tỉnh, xét lại trong một ngày qua khởi tâm động niệm, nói năng hành động có gì trái với những lời răn dạy của thánh hiền hay không? Có điều gì che khuất lương tâm của chính mình, lừa dối chư Phật, Bồ Tát, lừa dối các vị thần thánh, lừa dối chúng sinh hay không? Nếu có như vậy, quả báo nhất định là đọa vào ba đường ác.

Con đường tương lai của chính mình, tự mình biết được, không cần phải hỏi người khác. Trước đây có người đến hỏi tôi: *"Thầy xem con có bị đọa vào địa ngục hay không?"* Tôi nói: "Ông có bị đọa vào địa ngục hay không, tôi không biết. Ông cứ đọc kinh Phật nhiều thì tự biết được. Nếu như hủy báng Tam bảo, phá sự hòa hợp của Tăng đoàn... [thì đọa địa ngục]." Tôi lại khuyên người ấy: "Ông nên đọc kinh Phát Khởi Bồ Tát Thù Thắng Chí Lạc thì tự biết được ông có phải đọa vào địa ngục hay không. Không cần phải hỏi người khác, tự hỏi lại mình thì sáng tỏ, rõ ràng hơn."

Trong phần chú giải trích dẫn một câu kinh Phật: *"Trong ba cõi không có pháp nào khác, chỉ duy nhất do một tâm tạo thành."* Trong kinh Hoa Nghiêm có nói, trong kinh điển Đại thừa Phật cũng thường nói, sự trang nghiêm của y báo, chánh báo cùng hết thảy chúng sinh trong mười pháp giới đều là *"do tâm hiển hiện, do thức biến hóa"*. Đó là từ trong tự tánh của chúng ta lưu xuất hiển lộ mà thành. Hiểu rõ được ý nghĩa này, hết thảy chúng sinh trong pháp giới cùng khắp hư không đều là chính tự thân mình. Chúng ta vì hết thảy chúng sinh phục vụ, đó chính là phục vụ bản thân mình. Nếu như chỉ biết tự tư tự lợi, quên hết chúng sinh, đó chính là tự mình làm hại mình. Vì bản thân mình chạy theo tự tư tự lợi, đó là nguồn gốc của sáu đường luân hồi.

Xưa nay vốn không có mọi thứ, vì sao lại biến hiện ra sáu đường luân hồi? Về sáu đường luân hồi, tôi đã giảng giải rất nhiều, đều là từ trong vọng tưởng, phân biệt, bám chấp mà biến hiện ra. Nếu như chúng ta không có bám chấp thì không có luân hồi, không có phân biệt thì không có mười pháp giới, không có vọng tưởng thì không có bốn mươi mốt thứ bậc tu chứng trong pháp giới nhất chân, quả báo là rốt ráo viên mãn thành Phật.

Cho nên, sáu đường [luân hồi] là do ba dạng thức biến hiện ra: vọng tưởng, phân biệt và bám chấp. Bốn thánh pháp giới, chúng ta gọi là Thanh văn, Duyên giác, Bồ Tát và Phật trong mười pháp giới, đều là do vọng tưởng, phân biệt biến hiện ra. Các vị này không có sự bám chấp.

Bốn mươi mốt bậc Pháp thân Đại sĩ trong pháp giới nhất chân, bốn mươi mốt thứ bậc này đều do vọng tưởng biến hiện. Các vị này không có phân biệt, không có bám chấp.

Những điều này là trong kinh điển đức Phật đã giảng giải cho chúng ta rất rõ ràng, sáng tỏ. Đức Phật giáo hóa chúng ta, mục tiêu cuối cùng là dạy ta chứng đắc quả Phật rốt ráo. Việc chứng đắc quả Phật rốt ráo thì quan trọng thiết yếu nhất là *"nhận biết hiểu rõ"*, từ đó chuyển hóa được quan niệm [sai lầm].

Nhận biết hiểu rõ điều gì là chân tướng sự thật? Đó là thực sự nhận biết hiểu rõ hết thảy chúng sinh trong các pháp giới cùng khắp hư không đều là chính tự thân mình. Quý vị có được sự nhận biết như vậy, tâm từ bi của quý vị mới thực sự phát khởi, là đại từ đại bi, đối với hết thảy chúng sinh đều tôn trọng một cách vô điều kiện, thương yêu bảo vệ vô điều kiện, giúp đỡ hỗ trợ vô điều kiện, hoàn toàn tự nhiên có thể xả thân vì người khác. Trong chỗ này có ý nghĩa, đạo lý lớn lao.

Kẻ phàm phu mê muội là mê ở chỗ nào? Ở chỗ không hiểu được chân tướng sự thật, có sự bám chấp nghiêm trọng nơi tự tư tự lợi, như vậy là hủy hoại. Bám chấp tự tư tự lợi đến mức độ nghiêm trọng thì quyết định là vào địa ngục. Có thể buông bỏ được một chút, từ địa ngục thoát ra thì đi vào ngạ quỷ, súc sinh. Sự tướng và lý lẽ của việc này chúng ta nhất định phải hiểu rõ.

Chỗ này trích dẫn rất hay, lại nói rằng: *"Có thể tùy duyên nhiễm ô hay thanh tịnh, biến hóa tạo ra mười pháp giới."* Điều này nói rõ mười pháp giới do đâu mà có. Mười pháp giới là tùy theo duyên nhiễm ô hay thanh tịnh mà tạo thành. Nói "duyên nhiễm ô" thì nhiễm là bám chấp, là các phiền não kiến hoặc, tư hoặc. Đứng đầu trong các phiền não kiến hoặc, tư hoặc là *"thân kiến"*, bám chấp thân này là mình. Chúng ta nhất định phải buông bỏ, không rơi vào sự bám chấp ngu muội này.

Trong hai ngày nữa, bên Thượng Hải sẽ có một đoàn khách đến đây thăm viếng. Chúng ta gần như tuần nào cũng có các đoàn khách từ bên ngoài đến thăm. Họ điện thoại hỏi tôi, muốn mang đồ đến cúng dường cho tôi. Tôi nói tôi không cần món gì cả, nếu quý vị muốn mang đến thì đồng học ở đây rất đông, có thể mang đến cúng dường các vị đồng học, còn tôi không cần món gì cả, muôn duyên đều buông xả, thân tâm thế giới, thế gian với xuất thế gian, hết thảy đều buông xả.

Chỉ cần một việc chưa buông xả được, đó là vướng mắc trói buộc, chuyện vãng sinh của quý vị không nắm chắc được. Hết thảy đều buông xả, chuyện vãng sinh có thể nắm chắc, lúc nào cũng có thể ra đi, ở nơi nào cũng có thể ra đi. Quý vị nói xem, tự tại biết bao! Như vậy thì một đời của chúng ta không luống qua vô ích, còn những thứ khác đều là giả tạm.

Giữa con người với nhau, giữa con người với hết thảy chúng sinh đều chỉ là một chữ "duyên". Vì sao không cùng chúng sinh kết duyên lành? Vì sao lại cùng với chúng sinh kết duyên xấu ác? Cho nên, hoàn cảnh thuận lợi hay trái nghịch, người hiền thiện hay người xấu ác, quyết định đều không ghi nhớ trong lòng. Như vậy thì tâm quý vị được thanh tịnh.

Người hiền thiện, chúng ta tôn kính, ngợi khen tán thán. Người xấu ác, ta cũng tôn kính nhưng không ngợi khen tán thán. Bồ Tát Phổ Hiền dạy chúng ta *"lễ kính chư Phật"*, trong đó không phân biệt hiền thiện hay xấu ác, hết thảy đều phải lễ kính, quyết định phải tôn trọng.[1] Thế nhưng chỉ *"tán thán Như Lai"*, Như Lai là nghĩa gì? Là hiền thiện, là hành vi, lời nói tương ưng với đức của tự tánh, chúng ta tán thán, ngợi khen; không tương ưng với đức của tự tánh, ta không tán thán. Đó là điểm khác biệt. Về sự cúng dường, người xấu ác ta cũng phải cúng dường, không thể không cúng dường, phải bình đẳng cúng dường. Họ gặp nạn khổ, ta vẫn hết lòng hết sức giúp đỡ hỗ trợ họ, quyết định không có sự phân biệt, không có sự bám chấp, hết thảy đều đối đãi bình đẳng. Quý vị nhất định phải hiểu rõ được ý nghĩa này.

Chỗ này [trong chú giải] nói rất hay, làm Phật hay chúng sinh, tạo thành thiên đường hay địa ngục, hết thảy đều chỉ trong khoảng một ý niệm. Một ý niệm hiền thiện thì người làm Phật, tạo thành thiên đường. Một ý niệm xấu ác thì tạo thành địa ngục. Cho nên, lên xuống trong mười pháp giới đều chỉ trong khoảng một ý niệm.

Chỗ này, trong chú giải lại trích dẫn một câu của Đại sư Hám Sơn: *"Nên phá trừ ý niệm từ chỗ phát sinh của nó, sự việc còn chưa đến chỗ vọng khởi sinh ra."* Hai câu này nói rất hay. Cho nên, thực sự dụng công là ngay trong chỗ này. *"Khi niệm xấu ác vừa sinh khởi, lập tức dứt trừ, tất nhiên nguồn gốc của nghiệp cũng ngay đó được dứt trừ, vọng niệm đâu còn chỗ bám víu. Bao nhiêu người siêu phàm nhập thánh cũng đều từ chỗ này."* Mấy câu này chúng ta phải ghi nhớ. Những gương sáng của người chân chánh tu hành trước mắt chúng

---

[1] Trong một phần khác, Hòa thượng giảng ý *"lễ kính chư Phật"* là bao gồm cả chư Phật trong quá khứ, hiện tại và tương lai. Do đó, nói không phân biệt hiền thiện hay xấu ác, bởi đây là xấu ác trong hiện tại, chúng ta vẫn tôn kính vì tương lai chúng sinh đó rồi cũng sẽ thành Phật.

ta luôn sẵn có, chỉ cần ta có con mắt thanh tịnh liền có thể thấy được. Mọi người ở Singapore đều rõ biết nữ cư sĩ Hứa Triết. Băng ghi hình về bà ấy tôi đã cho làm thành đĩa DVD. Quý vị đồng tu khi nào về có thể lấy mỗi người một đĩa mang về.

Pháp sư Thường Tuệ ở Trường Xuân, tôi có thỉnh mời bà ấy đến đây, hiện đang làm thủ tục giấy tờ. Tôi mời bà ấy đến Niệm Phật Đường để nêu gương sáng cho mọi người noi theo. Bà niệm Phật đã được hơn bốn trăm ngày không ngủ, hoàn toàn y theo bản hội tập kinh Vô Lượng Thọ của Lão cư sĩ Hạ Liên Cư để tu tập. Tôi xem qua sự hành trì của bà ấy thì mức độ thấp nhất cũng đạt đến *"Niệm Phật Tam-muội"*. Năm nay bà ấy sáu mươi lăm tuổi, khi điện thoại cho tôi, nghe tiếng nói giống như người chỉ vào khoảng ba, bốn mươi tuổi. Các vị đồng tu nơi ấy nói với tôi rằng thân thể bà nhẹ nhàng thong dong.

Pháp môn niệm Phật mà bà tu tập chính là *Phật lập Tam-muội* do Tỳ-kheo Cát Tường Vân truyền dạy trong kinh Hoa Nghiêm. Bà đi kinh hành nhiễu Phật, không ngồi không nằm, hơn bốn trăm ngày, mỗi ngày chỉ ăn một bữa, thân tâm thanh tịnh, không hề có vọng tưởng. Tôi mời bà ấy đến đây là để mọi người đều nhìn thấy, việc niệm Phật có bằng chứng nhìn thấy. Bà ấy có thể làm được thì bất kỳ ai cũng có thể làm được.

Quý vị không làm được, nguyên nhân vì sao? Vì vọng niệm quá nhiều. Vọng niệm làm cho thân thể nặng nề. Không có vọng niệm thì thân thể nhẹ nhàng ung dung. Phải thực sự nỗ lực làm. Không được dối mình dối người, điều này là quan trọng thiết yếu nhất.

Bài giảng thứ 192

(Giảng ngày 18 tháng 4 năm 2000 tại Tịnh Tông Học Hội Singapore, file thứ 193, số hồ sơ: 19-012-0193)

Thưa quý vị đồng học, cùng tất cả mọi người.

Xin mời xem sách *Cảm ứng thiên*, đoạn thứ 123. Đây cũng là đoạn thứ hai tính ngược lại từ cuối sách: *"Kỳ hữu tằng hành ác sự, hậu tự cải hối, chư ác mạc tác, chúng thiện phụng hành, cửu cửu tất hoạch cát khánh. Sở vị chuyển hoạ vi phúc dã."* (Nếu có người từng làm việc xấu ác, về sau tự mình hối cải, không làm các việc ác, vâng làm các việc lành. Lâu ngày ắt được sự an lành tốt đẹp. Đó gọi là chuyển họa thành phúc.)

Toàn văn đoạn này tổng kết đoạn nhỏ trước đó *"suy gốc nhớ nguồn"*, [nói lên ý nghĩa] *"Người chưa thành bậc thánh hiền, sao có thể không phạm lỗi? Nhưng phạm lỗi biết sửa thì không gì tốt hơn."* Có lỗi không đáng sợ, đáng quý ở chỗ có thể sửa lỗi.

Chúng ta đọc thấy trong kinh Quán Vô Lượng Thọ Phật, vua A-xà-thế tạo năm tội nghịch, mười nghiệp ác. Nghiệp tội chúng ta đã tạo nếu đem so với ông ấy thì tội của ta rất nhẹ, tội ông ấy quá nặng. Quả báo của ông ấy là vào địa ngục A-tỳ. Thế nhưng trong đời quá khứ ông ấy có căn lành sâu dày, đến phút lâm chung hối lỗi, đem tâm chân thành sám hối, niệm Phật cầu sinh Tịnh độ, ông được vãng sinh. Đức Phật Thích-ca Mâu-ni đem việc này nói cho ta biết, đó là trong kinh *A-xà-thế vương*, nằm trong Đại Tạng Kinh. Phật nói cho ta biết, ông không chỉ được vãng sinh mà còn là vãng sinh với phẩm hạng *Thượng phẩm trung sinh*, thực sự vượt ngoài sự suy nghĩ hình dung của chúng ta.[1]

Việc này nêu lên cho chúng ta một điển hình rất tốt, tạo nghiệp tội hết sức nặng nề vẫn có thể vãng sinh. Vấn đề là quý vị phải thực sự hối cải, từ trong tâm sửa lỗi, biết được lỗi lầm của tự thân mình, từ nay về sau vĩnh viễn không phạm vào những lỗi lầm ấy. Hủy báng Tam bảo, tội lỗi ấy cũng phải vào địa ngục A-tỳ. Các đời Tổ sư đại đức, khi chưa học Phật cũng đều phạm vào nghiệp tội này. Sau khi học Phật rồi thì sám hối sửa lỗi. Bồ Tát Thiên Thân[2] ban đầu học theo Tiểu thừa, hủy báng Đại thừa. Về sau tiếp nhận sự răn dạy của người anh [là Bồ Tát Vô Trước], tự biết mình đã sai, ngài đối trước điện Phật thề cắt lưỡi sám hối. Ngài Vô Trước liền dạy: "Trong quá khứ em dùng lưỡi này để hủy báng Đại thừa, vì sao bây giờ không dùng lưỡi này để ngợi khen xưng tán Đại thừa? Vì sao phải cắt lưỡi đi?" Ngài liền tỉnh ngộ, từ đó về

---

[1] Khi chuyển dịch đoạn văn này (và một phần có nội dung tương tự trước đây) chúng tôi thực sự nhận thấy có một số điểm chưa hoàn toàn phù hợp. Chúng tôi ngờ rằng có sự ghi chép nhầm lẫn những lời giảng của Hòa Thượng về tên nhân vật hoặc về nội dung. Bởi nếu hoàn toàn đúng như bản văn chúng tôi chuyển dịch thì không khớp với nội dung các kinh được Hòa thượng trích dẫn. Kinh Quán Vô Lượng Thọ Phật chỉ nhắc đến tội ác của vua A-xà-thế giam bỏ đói vua cha Tần-bà-sa-la, ngăn cản mẹ là phu nhân Vi-đề-hy không được giúp ông. Đức Phật nhân đó thuyết pháp giúp bà Vi-đề-hy chứng ngộ, không thấy nói chuyện vua A-xà-thế sám hối vãng sinh. Trong kinh A-xà-thế Vương kể về sự thuyết pháp của các vị Bồ Tát giúp vua A-xà-thế chứng ngộ và sám hối lỗi lầm, nhưng cũng không nói chuyện ông niệm Phật được vãng sinh. Cuối cùng, kinh Đại Bát Niết-bàn cho chúng ta biết vua A-xà-thế vẫn còn sống sau khi đức Phật nhập Niết-bàn, và ông chính là một trong những người được nhận phần chia xá-lợi Phật. (Kinh Đại Bát Niết-bàn, quyển 42, phẩm Phân chia xá-lợi) Như vậy, không có kinh nào nói vua A-xà-thế niệm Phật vãng sinh khi Phật còn tại thế và được vào hàng Thượng phẩm Trung sinh. Phải chăng có sự nhầm lẫn khi ghi chép về tên nhân vật? Quý độc giả nào tìm được thông tin khác hơn xin vui lòng cho chúng tôi được biết.

[2] Ngài thường được biết nhiều hơn với danh hiệu Bồ Tát Thế Thân.

sau ngợi khen xưng tán Đại thừa. Đó là một trường hợp tiêu biểu rất tốt cho việc sửa lỗi hướng thiện.

Ví như trong quá khứ chúng ta từng làm những chuyện hủy báng Phật, hủy báng Chánh pháp, hủy báng Tăng già, tạo thành những nghiệp tội như vậy, ngày nay chúng ta nhận biết lỗi lầm, ngợi khen xưng tán Phật, Pháp, Tăng, như vậy là được. Đó là Bồ Tát Thiên Thân thị hiện cho chúng ta một tấm gương tốt, một khuôn mẫu tốt. Quay đầu hướng thiện, cần phải thay đổi hành vi. Tâm ý với hành vi đều quay lại hướng thiện, như vậy mới có thể tiêu trừ được nghiệp chướng.

"Chư ác mạc tác, chúng thiện phụng hành." (Không làm các việc ác, vâng làm các việc lành.) Hai câu này hiện tại đã trở thành lời nói cửa miệng trong nhà Phật, ai cũng nói được, *"tự tịnh kỳ ý, thị chư Phật giáo"* (tự thanh tịnh tâm ý, đó là lời Phật dạy), ai cũng nêu ra được. Thuở xưa, vào đời nhà Đường, Bạch Cư Dị đến gặp Hòa thượng Điểu Khòa. Vị Pháp sư này vì sao có tên là Điểu Khòa? Ngài ở trên cây làm một mái lều tranh nhỏ, ở trên cây giống hệt như cái tổ chim (điểu khòa). Như vậy thì quý vị có thể biết được cuộc sống của ngài hết sức đơn giản, muôn duyên đều buông xả, là một bậc lão niên tu hành. Lúc đến gặp ngài, Bạch Cư Dị đang là quan Thái Thú Hàng Châu. Chức Thái Thú ngày xưa cũng giống như Thị trưởng bây giờ. Ông gặp Hòa thượng Điểu Khòa liền thưa hỏi về đại ý của Phật pháp. Hòa thượng Điểu Khòa liền đọc bốn câu này: *"Chư ác mạc tác, chúng thiện phụng hành, tự tịnh kỳ ý, thị chư Phật giáo"* (Không làm các việc ác, vâng làm các việc lành, tự thanh tịnh tâm ý, đó là lời Phật dạy.) Bạch Cư Dị nghe xong liền mỉm cười nói: *"Như câu này thì đứa trẻ lên ba cũng nói ra được."* Hòa thượng Điểu Khòa đáp: *"Đứa trẻ lên ba tuy có thể nói ra, nhưng ông già tám mươi vẫn chưa làm được."* Bạch Cư Dị nghe câu này rồi, suy ngẫm thấy quả thật rất có lý, [vấn đề là] phải làm được.

Làm sao mới có thể làm được? Việc này hết sức quan trọng thiết yếu, quan hệ đến con đường tương lai của chúng ta, quan hệ đến đời sau của ta. Đời sau là quả báo, đời hiện nay là hoa báo. Nói cách khác, không chỉ quan hệ đến đời sau mà cũng quan hệ đến việc trước mắt chúng ta, trước mắt có thể lánh dữ gặp lành.

Đức Thế Tôn hết sức từ bi, trong kinh *Thập thiện nghiệp đạo* có một đoạn khai thị hết sức quan trọng thiết yếu, chỉ bày cho người hiện tại chúng ta biết cách làm thế nào dứt ác tu thiện. Phật dạy, Bồ Tát có một phương pháp có thể vĩnh viễn dứt trừ khổ đau trong các đường ác. Không chỉ là trong ba đường ác, cả sáu đường đều là khổ. Bồ Tát có một phương pháp có thể lìa hết thảy khổ đau trong đường ác. Dưới mắt chư Phật, Bồ Tát thì mười pháp giới đều là đường ác. Cho nên, đường ác đó không chỉ là ba đường ác, ba đường lành, mà cho đến các cảnh giới Thanh văn, Duyên giác, Bồ Tát, Phật đạo trong mười pháp giới cũng đều là đường ác. Vì sao vậy? Vì chưa sáng rõ tâm ý, thấy được tự tánh, không khế nhập vào pháp giới nhất chân. Chỉ duy nhất pháp giới nhất chân mới là cảnh giới chân chánh, là đường lành. Mười pháp giới đều là đường ác. Phật dạy Bồ Tát có một phương pháp, Bồ Tát đó là nói bậc Pháp thân Đại sĩ, là Bồ Tát thuộc pháp giới nhất chân.

Vậy phương pháp đó là phương pháp gì? Phương pháp này dạy chúng ta *"ngày đêm"*, ngày đêm tức là không thể gián đoạn, *"thường nhớ nghĩ, tư duy, quan sát các pháp lành, không để cho mảy may pháp xấu ác xen lẫn vào."* Câu này thật quan trọng thiết yếu. Chúng ta suốt ngày đêm khởi tâm động niệm, nói năng hành động đều phải thường nghĩ tưởng đến các pháp lành. Chúng ta trong đời sống thường ngày, quý vị suốt một ngày từ sáng đến tối tiếp xúc với hết thảy mọi người, hết thảy mọi sự việc, sự vật, thường nhớ nghĩ đến những điều hiền thiện, không cần nhớ nghĩ đến những điều xấu ác. Nhớ nghĩ đến những điều xấu ác của người khác là đem những điều xấu ác đó biến thành của mình. Quý vị nói xem, người như vậy là quá ngu si. Tâm của mỗi người đều toàn là chí thiện, so với Phật không hề khác biệt. Hiện tại chúng ta hiểu rằng, trong tâm chư Phật và các bậc Pháp thân Bồ Tát chỉ toàn là các pháp lành, không một mảy may pháp xấu ác.

Phàm phu sai lầm là sai lầm ở chỗ nào? Trong tâm chỉ toàn các pháp xấu ác, không có pháp lành. Dưới mắt nhìn chỉ toàn thấy những điều xấu ác, hư hoại của người khác, chuyên ghi nhớ những việc làm xấu ác, trong miệng chuyên nói những điều thị phi. Quý vị ngày ngày đều giữ tâm xấu ác, ý niệm xấu ác, hành vi xấu ác, quý vị làm sao có thể không đọa vào các đường ác?

Bồ Tát nhờ đâu có thể lìa hết thảy khổ đau trong đường ác, mười pháp giới các ngài đều siêu việt? Chính là các ngài dựa vào việc trong lòng tuyệt không dung chứa mảy may các pháp xấu ác. Phương pháp này rất tốt. Đức Phật cũng dạy rằng, quý vị có thể làm theo được một chút, quý vị liền được gần gũi thân cận với chư Phật Như Lai, Bồ Tát, thánh hiền. Quý vị có thể cùng các ngài kết thành bằng hữu, cùng tham gia một phạm vi sinh hoạt với các ngài.

Chúng ta vì sao không chuyển đổi được ý niệm? Điều này là quan trọng thiết yếu hơn hết. Người khác làm việc xấu ác đối với chúng ta không liên can. Người khác có điều hiền thiện, chúng ta ghi nhớ, học tập, làm theo. Người khác có điều xấu ác, tuyệt đối không ghi nhớ trong tâm, tuyệt đối không nói ra ngoài miệng. Như vậy là tích lũy công đức, phải từ chỗ này bắt đầu làm. Người xấu ác cũng vẫn có việc làm thiện, ta ngợi khen xưng tán việc thiện, tuyệt đối không nói đến việc ác. Không những là không nói ra ngoài miệng, mà cho đến trong lòng căn bản cũng không hề có.

Có thể làm được như vậy hay không? Có người nói rất khó làm được. Tôi xem qua rồi thì có ấn tượng rất sâu sắc. Ấn tượng vì sao sâu sắc? Quý vị có mang những lời dạy ấy ra thực hành, làm theo thì quý vị mới có ấn tượng. Nếu quý vị không ghi khắc những điều ấy vào trong tâm thì ở đâu có ấn tượng?

Chúng ta ở Singapore có nữ cư sĩ Hứa Triết, năm nay là một trăm lẻ một tuổi. Bà ấy là người một trăm lẻ một tuổi vẫn còn trẻ, suốt đời không có bệnh, cuộc sống suốt đời vô cùng vui thích, khoái lạc. Mỗi ngày ăn một bữa, trong bữa ăn đó chỉ ăn rau sống. Hết thảy các loại gia vị dầu, muối, tương, giấm... bà ấy đều không dùng đến, chỉ hoàn toàn ăn rau sống, quay về với thiên nhiên. Chúng ta có băng ghi hình, đã làm thành đĩa DVD, quý vị mỗi người có thể mang về một đĩa.

Quý vị xem, bà ấy đã một trăm lẻ một tuổi, chỉ rụng một cái răng, thân thể hoàn toàn không tật bệnh, tai thính mắt sáng, xem báo không cần mang kính, phản ứng so với người trẻ tuổi không có gì khác biệt. Bà tu tập như thế nào? Những lời Phật dạy [quên ác, nhớ thiện] trong kinh điển bà ấy chưa từng đọc qua, chưa từng nghe qua, thế nhưng bà ấy làm được, thực hành được. Ưu điểm duy nhất của bà ấy là chỉ ghi nhớ điều tốt, tuyệt đối không ghi nhớ điều xấu ác của người khác.

Cư sĩ Lý Mộc Nguyên hỏi bà ấy, khi nhìn thấy những việc ác của người khác thì bà nhìn như thế nào? Bà ấy đưa ra một thí dụ, chúng ta nhìn thấy người xấu ác, việc xấu ác, cũng giống như trên đường đi gặp người qua kẻ lại. Ví dụ này rất hay. Quý vị nhìn thấy người qua kẻ lại trên đường, khi về nhà hỏi quý vị có nhớ được không? Thật không nhớ được. Vì sao không nhớ được? Vì quý vị không để tâm.

Do đó có thể biết rằng, chúng ta thật có thể không ghi nhớ trong lòng, nhưng quý vị ngày ngày đều muốn ghi nhớ, vậy thì còn có biện pháp nào nữa? Chúng ta đi trên đường, gặp rất nhiều người qua kể lại, cũng nghe rõ được những điều họ nói, nếu hỏi lại quý vị xem họ nói những gì? Thấy nghe rõ ràng, thế nhưng quý vị hoàn toàn không biết. Đó là vì sao? Vì không có sự chú ý. Chú ý là thế nào? Là trong lòng quý vị có sự lưu tâm để ý, chất chứa lại những điều ấy trong lòng, gọi là chú ý. Không chú ý thì thế nào? Không chất chứa trong lòng. Tuy có nhìn thấy, nghe thấy nhưng không hề biết đến. Thấy như không thấy, nghe như không nghe, chúng ta mỗi ngày đều có thể làm được như vậy. Nếu có thể đối với hết thảy mọi người, mọi sự mọi vật đều áp dụng như vậy, tâm của quý vị thanh tịnh biết bao, quý vị được tự tại, khoái lạc biết bao.

Vì sao phải ghi nhớ lỗi lầm của người khác? Vì sao phải ghi nhớ những điều bất thiện? Phương pháp này của chư Phật, Bồ Tát thật rất tốt. Những gì là tiêu chuẩn thiện ác? Phật có nói rõ mười nghiệp lành, [trái lại với mười nghiệp ác. Trong mười nghiệp ác,] *thân nghiệp* bao gồm giết hại, trộm cướp, dâm dục, đó là các điều ác, quyết định không bám chấp trong tâm, quyết định không ghi nhớ trong lòng. *Khẩu nghiệp* là nói quý vị nghe những lời nói dối trá, lời nói độc ác, lời nói hai lưỡi từ người khác. Nói hai lưỡi là khêu gợi chuyện thị phi, nói thêu dệt là lời văn hoa xảo trá. *Ý nghiệp* bao gồm tham lam, sân hận và si mê. Đó là mười nghiệp ác, theo tiêu chuẩn Phật dạy.

Mười nghiệp ác này quyết định không để cho có một mảy may nào xen tạp vào trong tâm quý vị, trong tâm chỉ hoàn toàn chứa đầy mười nghiệp lành. Tu học như vậy thì có thể thành tựu đạo vô thượng, có thể thành Phật.

Cho nên chúng ta nhìn thấy rất nhiều tranh tượng Phật, phía trên vẽ một vầng hào quang, vẽ một vầng hào quang bao quanh đầu, bên trên hào quang lại có viết ba chữ. Ba chữ này có thể viết bằng chữ Hán, có thể bằng chữ Phạn, cũng có khi bằng chữ Tây Tạng, nhưng đều cùng một nội dung là ba chữ *án, a, hồng.* Ba chữ này có ý nghĩa gì? Có nghĩa là mười nghiệp lành được trọn vẹn đầy đủ. *Án* là nói thân nghiệp, không giết hại, không trộm cướp, không tà dâm. *A* là nói khẩu nghiệp, không nói dối, không nói hai lưỡi, không nói lời độc ác, không nói lời thêu dệt. *Hồng* là nói ý nghiệp, không tham lam, không sân hận, không si mê. Mười điều này thực hiện được trọn vẹn viên mãn, tức là thành Phật.

Cho nên, Phật dạy các vị Pháp thân Bồ Tát phương pháp này là chính xác, chúng ta nhìn trên hào quang của Phật tượng có thể thấy được. Đây là phương pháp tu hành căn bản, từ chỗ này bắt đầu, cũng đạt đến chỗ này là trọn vẹn đầy đủ, là viên mãn.

"Lâu ngày ắt được sự an lành tốt đẹp." Chỉ cần có thể dứt ác tu thiện, dứt mười nghiệp ác, tu mười nghiệp lành, quý vị nhất định sẽ đạt được sự an lành tốt đẹp. Chư Phật hộ niệm, các vị trời, rồng, thiện thần đều theo bảo vệ, giúp đỡ quý vị *"chuyển họa thành phúc".*

Hy vọng quý vị đồng học chúng ta khéo ghi nhớ trong lòng, nỗ lực tu học. Hôm nay thời gian đã hết, chúng ta giảng đến đây thôi.

Bài giảng thứ 193

(Giảng ngày 19 tháng 4 năm 2000 tại Tịnh Tông Học Hội Singapore, file thứ 194, số hồ sơ: 19-012-0194)

Thưa quý vị đồng học, cùng tất cả mọi người.

Xin mời mở sách *Cảm ứng thiên*, đoạn cuối cùng, thứ 124. Theo sự phân chia của tôi thì đây là đoạn lớn thứ bảy với nội dung tổng kết và khuyến khích. Đoạn này tổng kết và khuyến khích chúng ta, là đoạn lớn thứ bảy [trong toàn văn]: *"Cố cát nhân, ngữ thiện, thị thiện, hành thiện, nhất nhật hữu tam thiện, tam niên thiên tất giáng chi phúc. Hung nhân, ngữ ác, thị ác, hành ác, nhất nhật hữu tam ác, tam niên thiên tất giáng chi họa. Hồ bất miễn nhi hành chi."* (Cho nên, người hiền lành, nói lời hiền thiện, nhìn việc hiền thiện, làm việc hiền thiện, mỗi ngày có đủ ba yếu tố hiền thiện này, trong ba năm ắt được trời ban phúc lành. Người hung dữ, nói lời hung ác, nhìn việc hung ác, làm việc hung ác, mỗi ngày có đủ ba yếu tố hung ác này, trong ba năm ắt bị trời giáng tai họa. Vậy sao không cố gắng mà làm [việc thiện]?)

Đoạn trước vừa nói việc *"sửa lỗi, hướng thiện"*, là một đoạn hết sức thiết yếu, cần kíp. Trong phần chú giải nói rất nhiều, rất quan trọng thiết yếu, cũng trích dẫn một phương pháp sám hối tội lỗi từ sách *Liễu Phàm tứ huấn* và lời dạy của các bậc đại đức xưa, rất đáng để chúng ta tham khảo, rất đáng để chúng ta học tập.

Hôm nay chúng ta giảng đến phần tổng kết. Chữ *"cố"* là nêu ý nghĩa tổng kết toàn văn. *"Cát nhân"*, [chữ *cát* là trong] *"cát hung họa phúc"* (lành, dữ, họa, phúc), chúng ta cũng thường gọi là người hiền thiện. Nhưng nói *"người hiền thiện"* cũng chưa hoàn toàn đủ nghĩa, phải nói là người có phước, người có nhiều phước báo. Chữ *"cát"* và *"phước báo"* là hết sức phù hợp với nhau. [*"Cát nhân"* là] người có rất nhiều phước báo.

Người có phước báo, nhất định phải hội đủ ba điều kiện. [Một trong] ba điều kiện đó là nói năng hiền thiện, lời ăn tiếng nói hiền thiện. Tiêu chuẩn về hiền thiện thì Phật đã dạy chúng ta trong mười nghiệp lành. Chỗ này, phần chú giải rất hay, giảng rộng về nói năng hiền thiện là: *"Lời không hợp lễ thì không nói, ưa thích nói điều thiện của người, khơi mở tâm thiện của người khác."* Ba câu này giảng rất hay. Nói cách khác, những lời không nên nói thì quyết định không nói ra, không hợp lễ thì không nói, ưa thích ngợi khen xưng tán người khác, ưa thích nói điều thiện của người khác, quyết định không có sự ganh ghét đố kỵ, không có gì giấu giếm gian dối. Mừng vui ưa thích nói điều hiền thiện của người khác, ưa thích khơi mở tâm thiện của người khác, đó là thường có thể răn dạy hết thảy chúng sinh, giúp đỡ hỗ trợ chúng sinh dứt ác tu thiện, khuyên bảo dẫn dắt hết thảy chúng sinh nhận biết rõ ràng thế nào là thiện, thế nào là ác. Điều này là hết sức quan trọng thiết yếu. Đó là *"nói năng hiền thiện"*.

Phần trước, đức Thái Thượng đã nhiều lần dạy bảo chúng ta tích lũy công đức. Trong việc tích lũy công đức, quan trọng thiết yếu nhất chính là nói năng hiền thiện. Nói thật ra, có rất nhiều người tâm địa cũng không tệ, cũng là người rất tốt, thế nhưng nói năng lời lẽ không cẩn thận, có được bao nhiêu công đức đều do nơi lời ăn tiếng nói mà mất sạch. Quý vị nói xem, thật đáng tiếc biết bao.

Cho nên, trong kinh Vô Lượng Thọ, đức Phật dạy chúng ta *"khéo giữ gìn ba nghiệp"*, đem khẩu nghiệp đặt lên hàng đầu. Điều này không thể nói là không có ý nghĩa. Chúng ta xem đức Thái Thượng cũng đem *"nói năng hiền thiện"* đặt lên hàng đầu, so với kinh Vô Lượng Thọ thật là không có sự tính trước mà tự nhiên phù hợp.

Trong kinh Vô Lượng Thọ, đức Phật dạy chúng ta *"khéo giữ gìn khẩu nghiệp, không chê trách lỗi người khác"*. Phần trước chúng ta đã có đề cập đến, chẳng những không thể nói ra, mà cho đến trong lòng cũng không được ghi nhớ những điều xấu ác của người khác. Ghi nhớ trong lòng những điều xấu ác của người khác, tâm ta hóa thành xấu xa hư hoại, đó là chuyện hết sức oan uổng.

Cội nguồn tâm ta vốn là hiền thiện, so với chư Phật Như Lai không phân chia, không khác biệt. Hiện tại vì sao tâm ta biến thành như thế này? Hoàn toàn không thể trách cứ người khác. Oán trời trách người là tội lỗi rất lớn. Chỉ trách tự bản thân mình không tốt, vì sao lại đem những điều bất thiện của người khác ghi nhớ trong tâm mình? Không ai bảo quý vị phải ghi nhớ, quý vị tự mình ghi nhớ [những điều bất thiện], khiến cho tâm thuần thiện của mình biến thành bất thiện. Tâm bất thiện, lời nói là sao được hiền thiện?

Cho nên, nguồn gốc căn bản ở nơi tâm. Các bậc đại thánh đại hiền trong thế gian cũng như xuất thế gian đều dạy chúng ta tu hành phải từ nơi căn bản mà khởi tu. Căn bản là gì? Căn bản là tâm. Tâm người với tâm Phật cũng đồng là một tâm. Chúng ta đọc thấy trong kinh điển, tâm Phật *"không dung chứa mảy may bất thiện xen tạp"*, đó là tâm Phật.

Tâm kẻ phàm phu chứa nhiều điều xấu ác, ít điều thiện, cho nên biến thành sáu đường luân hồi, cho nên biến thành ba đường ác. Ba đường ác, sáu đường luân hồi đều từ đây mà có.

Chúng ta từ hôm nay đã hiểu rõ được ý nghĩa này, từ trong tâm mình có điều bất thiện phải nhanh chóng xả bỏ hết đi, tiêu trừ hết đi, buông bỏ hết. Chúng ta phải noi theo giống như Phật, dung nạp hết thảy pháp lành trong các pháp giới cùng khắp hư không. Người làm được như vậy là thành Phật, là chuyển phàm thành thánh.

Về tiêu chuẩn thiện hay bất thiện, đức Phật vì chúng ta nêu ra mười điều, đó là mười nghiệp lành. Tôi và quý vị ở đây cùng nhau học tập sách *Cảm ứng thiên*, sau khi hoàn tất trọn vẹn, sẽ tiếp tục học đến kinh *Thập thiện nghiệp đạo*.

Đức Phật vì chúng ta nêu các tiêu chuẩn, thế nhưng các tiêu chuẩn này cũng có căn bản. Nếu quý vị không biết căn bản này thì mười nghiệp lành dù có tu như thế nào đi chăng nữa cũng chỉ đạt được phước báo trong hai cõi trời người mà thôi, tu không thể trọn vẹn đầy đủ. Căn bản đây là ý niệm. Ý niệm của phàm phu là tự tư tự lợi, dùng [ý niệm] tự tư tự lợi để dứt mười điều ác, tu mười điều thiện thì quyết định không thể trọn vẹn đầy đủ. Tuy cũng được quả báo, quả báo chỉ là phước báo trong hai cõi trời người, điều này phải rõ biết.

Phước báo lớn nhất trong lịch sử Trung quốc, phước báo lớn nhất trong mấy ngàn năm qua là Hoàng đế Càn Long. Trong lịch sử Trung quốc, nói về phước báo thì không có ai vượt hơn ông. Ông làm Hoàng đế sáu mươi năm, lại làm Thái thượng hoàng bốn năm, thực sự là bậc thiên tử cao quý, giàu sang bao trùm bốn biển. Trong lịch sử Trung quốc không tìm ra được người thứ hai như ông, lại thêm được sống lâu. Cho nên ông tự xưng mình là *"Thập toàn Lão nhân"*, quả đúng vậy, thập toàn thập mỹ, [con cháu] năm đời sống chung một nhà, nào có ai được phước báo lớn đến như thế?

Quý vị nên biết, phước báo như vậy là tự tư tự lợi không buông bỏ, tu mười nghiệp lành, có thể đạt được phước báo lớn đến như vậy. Thế nhưng cần hiểu rằng, như vậy không thoát được ra ngoài ba cõi, không thể thoát ra khỏi luân hồi. Phước báo đó của quý vị sau khi hưởng hết rồi, một đời quý vị vẫn tạo tác nghiệp tội, những tội báo đó cũng hiện tiền, từ đó sáu đường luân hồi hình thành như vậy.

Sau khi học Phật, hiểu rõ được ý nghĩa chân tướng sự thật này rồi, chúng ta không tái phạm những điều ngu xuẩn như thế nữa, chuyển hóa được ý niệm tự tư tự lợi, hết thảy mọi việc đều vì sự trụ thế lâu dài của Chánh pháp. Vì sao vậy? Vì chỉ có Chánh pháp mới có thể giác ngộ được tâm chúng sinh, có thể khiến cho hết thảy chúng sinh được phá mê khai ngộ, chuyển phàm thành thánh. Công đức đó là không thể nghĩ bàn.

Chư Phật và các vị Đại Bồ Tát có thể làm Hoàng đế [như] Càn Long hay không? Không thể làm. Vì sao vậy? Vì đó là hưởng phước báo, không thể thành tựu được công đức thù thắng. Những gì là công đức thù thắng? Giáo hóa chúng sinh. Cho nên, chư Phật, Bồ Tát nhất định thị hiện ở thế gian trong vai trò thầy dạy. Chúng ta tôn xưng đức Phật Thích-ca Mâu-ni là "Bổn sư", là bậc thầy căn bản của chúng ta. Các ngài tuyệt đối không làm chính trị, không làm công thương nghiệp, không làm những việc như thế, chỉ dốc hết lòng hết sức cứu độ hết thảy chúng sinh khổ nạn.

Phần trước đã có nói với quý vị, chúng sinh trong mười pháp giới đều là chúng sinh đang chịu khổ nạn. Vì sao vậy? Vì không thấy được tự tánh, trí tuệ không viên mãn, không tránh được việc tạo tác các nghiệp ác. Bốn thánh pháp giới cũng xem là không tệ, tương tự quả vị Phật, nhưng vẫn còn thối chuyển, mức độ thối chuyển lớn, cho nên các vị Pháp thân Bồ Tát nhìn các vị này là *thật đáng thương*.

Cho nên, hết thảy chúng sinh khổ nạn là chỉ mười pháp giới. Chỉ cần trí tuệ của quý vị chưa khai mở, trí tuệ này nhà Phật gọi là đại triệt đại ngộ, sáng rõ tâm ý, thấy được tự tánh, là trí tuệ chân thật. Còn chưa sáng rõ tâm ý, chưa thấy được tự tánh thì trí tuệ đó là không chân thật. Trong sáu đường luân hồi, Phật pháp nói rất rõ ràng, gọi loại trí tuệ [không chân thật] này là *thế trí biện thông*, căn bản vốn không thừa nhận đây là trí tuệ.

Bốn thánh pháp giới có trí tuệ nhưng không viên mãn, vì

các ngài chưa phá sạch vô minh, chưa dứt hết phân biệt, chỉ mới trừ được hết bám chấp. Do đó có thể biết rằng, nếu không trừ được bám chấp, làm gì có trí tuệ? Bám chấp điều gì? [Bám chấp vào] tự ngã. Không có lòng riêng tư, không tự ngã, trí tuệ của quý vị mới khai mở. Chỉ cần có riêng tư, có tự ngã, trí tuệ không thể khai mở.

Cho nên, trí tuệ khai mở hay không, cũng không phải chuyện của người khác, mà đối với thầy dạy cũng không liên quan. Quý vị dù gặp được đức Phật Thích-ca Mâu-ni, dù gặp được đức Phật A-di-đà, nhưng tâm niệm tự tư tự lợi không buông bỏ thì quý vị cũng không khai mở được trí tuệ. Không thể nói rằng gặp được Phật là sẽ khai mở trí tuệ. Không phải vậy. Nếu như buông bỏ được hết tự tư tự lợi, hoàn toàn không còn nữa, quý vị dù gặp một người căn cơ thấp kém thuyết pháp cho nghe, quý vị cũng có thể khai ngộ. Những trường hợp như thế này từ xưa đến nay, ở khắp mọi nơi, đã có rất nhiều, [cho nên] học trò thành tựu vượt xa thầy dạy. Nhờ đâu mà vượt xa thầy dạy? Nhờ vào sự buông xả được. Chỗ buông xả của thầy không nhiều hơn học trò, học trò so với thầy buông xả được nhiều hơn, như vậy thì học trò vượt hơn thầy. Người triệt để buông xả được hết, rốt ráo buông xả, như vậy là thành Phật.

Chúng ta thấy người đời rất nhiều người sinh bệnh. Hôm nay, lúc sáng sớm có người bên Thượng Hải điện thoại cho tôi, có vị đồng tu cũng bị sinh bệnh, thân tâm đều không an ổn, hỏi tôi phải làm sao? Vì sao không buông xả bệnh đi? Buông xả rồi thì không còn nữa. Quý vị nếu ôm giữ bệnh trong tâm thì quý vị phải chịu bệnh. Người này mắc bệnh ung thư. Tôi nói với ông ta, mười năm trước cư sĩ Lý Mộc Nguyên cũng mắc chứng ung thư. Quý vị cứ đến hỏi, ông ấy đưa các ảnh chụp X-quang cho xem, hơn ba mươi tấm, tế bào ung thư đã khuyếch tán ra toàn thân, đến từng bộ phận cơ thể. Thầy thuốc nói với ông ấy là chỉ còn sống được ba tháng nữa. Ông cũng không trị liệu, không uống thuốc, niệm Phật chờ chết. Ông đến đạo trường Cư Sĩ Lâm làm công quả, còn sống một ngày làm một ngày, thực sự nỗ lực. Làm được nửa năm, không thấy chuyện gì xảy ra, liền đi kiểm tra lại không thấy gì nữa, thật là kỳ tích trong lịch sử y học Singapore. Hiện tại ông vẫn sống đã qua mười mấy năm, tinh thần cũng như thể lực không người nào sánh được với ông. Tôi gọi ông ấy là Bồ Tát Bất Hưu Tức (vị Bồ Tát không ngừng nghỉ). Quý vị xem, hôm trước vừa từ Trung quốc quay về, ngay sau khi quay về đã lập tức khai hội, không một chút thời gian nghỉ ngơi. Ông ấy cho tôi biết, thời gian ngủ ban đêm đại khái chỉ khoảng vài giờ, hết lòng hết sức vì Phật pháp, vì chúng sinh, không vì tự thân mình, quên bỏ tự thân mình, cho nên bệnh không còn nữa.

Có tự ngã thì quý vị liền có nghiệp chướng, quý vị có nghiệp báo. Không có ngã thì không có nghiệp báo, nghiệp cũng không có, báo cũng không có. Con người nếu đạt đến vô ngã thì chuyện gì cũng giải quyết được cả. Thân này còn sống ở thế gian là vì chúng sinh tạo phúc, vì chúng sinh phục vụ. Nếu sự việc thực hiện thành công, đó là chúng sinh có phước báo, tự mình không nhận công. Sự việc không thành công, đó là chúng sinh không có phước báo, tự mình cũng không có lỗi lầm. Tự thân mình vĩnh viễn không có chuyện được mất. Không có được mất, thật khoái lạc biết bao!

Nếu sự việc thực hiện thành công, thấy công lao của mình rất lớn, nào có gì tốt. Như vậy là quý vị có ngã, có ngã thì có nghiệp báo. Vô ngã thì không nhận chịu nghiệp báo, nghiệp báo cũng không hề có. Đó là lời Phật dạy chúng ta.

"Nhìn việc hiền thiện." Trong kinh *Thập thiện nghiệp đạo* đức Phật dạy chúng ta phương pháp của Bồ Tát chuyển ác làm thiện, hết sức mạnh mẽ, *"ngày đêm thường nhớ nghĩ, suy xét, quan sát"*. *"Nhìn việc hiền thiện"* ở đây cũng là quan

sát, quan sát hết thảy các pháp lành, không được quan sát các pháp xấu ác. Đại sư Lục tổ Huệ Năng của Thiền tông trong Đàn Kinh dạy chúng ta: *"Nếu người chân chánh tu hành, không nhìn thấy lỗi của thế gian."* Không nhìn thấy lỗi của thế gian, đó là thấy những việc hiền thiện. Người đời có lỗi lầm hay không? Không có. Trong hết thảy mọi người, mọi sự vật, sự việc đều không có lỗi lầm. Câu này là chân thật, không phải giả dối. Đại sư Ngẫu Ích trong *Linh Phong Tông Luận* cũng nói rất nhiều. Ngài nói: *"Cảnh duyên không tốt xấu."* *Cảnh* là nói hoàn cảnh vật chất, *duyên* là nói hoàn cảnh nhân vật, sự việc. Chúng ta gọi chung là hết thảy mọi người, mọi sự vật, sự việc. Hai chữ *"cảnh duyên"* là bao quát hết, trong đó không có thiện ác, không có tốt xấu, đích thực là thanh tịnh, là bình đẳng. *"Tốt xấu khởi từ tâm."* Những thứ tốt xấu, thiện ác từ đâu mà có? Là tự tâm chúng ta vọng động, chúng ta cho đó là tốt, cho đó là xấu, nhưng trong thực tế không phải như vậy. Cho nên tự mình phải buông bỏ hết vọng tưởng, phân biệt, bám chấp thì thế giới này là tốt đẹp hoàn hảo, thế giới này là pháp giới nhất chân, thế giới này là thế giới Cực Lạc.

Nguyên vốn là pháp giới nhất chân, nguyên vốn là thế giới Cực Lạc, biến thành như thế này đều là do vọng tưởng, phân biệt bám chấp của tự thân chúng ta tạo thành. Thân thể này của chúng ta nguyên vốn là thân kim cương không hư hoại, vì sao trở thành như thế này? Đó là vì trong tâm chất chứa đầy tham lam, sân hận, si mê, kiêu mạn, năm món dục trong sáu trần cảnh, thị phi, nhân ngã, cho nên mới thành như thế này.

Trong quá khứ không có người dạy bảo, sự tình có thể tha thứ được, vì tự mình không biết. Hiện tại đức Phật vì chúng ta giảng giải đã quá rõ ràng, quá sáng tỏ, chúng ta nghe hiểu rồi, tin nhận rồi, phải buông xả muôn duyên, buông xả vọng tưởng, phân biệt, bám chấp, khôi phục nếp sống pháp giới nhất chân. Quý vị nói xem, thật mỹ mãn biết bao! Tự tại biết bao! Hạnh phúc biết bao!

Chỗ này nói *"nhìn việc hiền thiện"* cũng chính là như Phật dạy chúng ta quan sát hết thảy các pháp lành, tuyệt đối không quan sát hết thảy các pháp xấu ác, từ chỗ căn bản mà quay đầu hướng thiện.

"Hành thiện" là nói hành vi, chúng ta trong cuộc sống thường ngày, trong công việc, xử sự, đối đãi với người, tiếp xúc muôn vật, hết thảy đều nằm trong trong một chữ *"hành"* này. Một ngày quý vị có thể làm được ba pháp thiện, [*"ngữ thiện, thị thiện, hành thiện"*], *"ba năm"* là nói sự tích lũy công đức. *"Ắt được trời ban phúc lành"*, cho nên hết thảy tai họa đều tiêu trừ. Nhà Phật thường nói *"tiêu trừ nghiệp chướng"*, nghiệp chướng thực sự tiêu trừ, phước đức hiện tiền, trí tuệ hiện tiền, chúng ta cần phải học tập.

Bài giảng thứ 194

(Giảng ngày 20 tháng 4 năm 2000 tại Tịnh Tông Học Hội Singapore, file thứ 195, số hồ sơ: 19-012-0195)

Thưa quý vị đồng học, cùng tất cả mọi người.

Xin mời mở sách *Cảm ứng thiên*, xem đoạn cuối cùng: *"Cố cát nhân, ngữ thiện, thị thiện, hành thiện, nhất nhật hữu tam thiện, tam niên thiên tất giáng chi phúc."* (Cho nên, người hiền lành, nói lời hiền thiện, nhìn việc hiền thiện, làm việc hiền thiện, mỗi ngày có đủ ba yếu tố hiền thiện này, trong ba năm ắt được trời ban phúc lành.)

Hôm qua chúng ta đã giảng qua câu này rồi. Hôm nay tiếp tục giảng đến câu tiếp theo sau: *"Hung nhân, ngữ ác, thị ác, hành ác, nhất nhật hữu tam ác, tam niên thiên tất giáng chi họa."* (Người hung dữ, nói lời hung ác, nhìn việc hung ác, làm việc hung ác, mỗi ngày có đủ ba yếu tố hung ác này, trong ba năm ắt bị trời giáng tai họa.) Đến chỗ này là hết một câu. Câu cuối cùng là nội dung khuyến khích: *"Hồ bất miễn nhi hành chi."* (Vậy sao không cố gắng mà làm [việc thiện]?)

Tổng kết lại, lành hay dữ, họa hay phúc đều là do chúng ta tự mình tạo ra, quyết định không có quỷ thần làm chủ tể, cũng quyết định không phải thượng đế, thiên đế làm chủ tể, lại càng không có quan hệ gì với chư Phật, Bồ Tát, chỉ hoàn toàn do chính bản thân mình tạo tác.

"Ba năm" là một ngàn ngày. Nghiệp tạo ra trong một ngàn ngày tích lũy lại thì hình thành quả báo rõ ràng trước mắt. Quả báo một ngàn ngày đã rõ ràng đến thế, quả báo một ngàn năm sao có thể chịu nổi? Cho nên chúng ta thấy có rất nhiều tôn giáo nước ngoài đều nói đến ngày tận thế. Ngày

tận thế do đâu mà hình thành? Tổng kết một ngàn năm, thật rất đáng sợ. Đặc biệt là đến cuối thế kỷ,[1] hiện tượng này thật hết sức không tốt.

Đối với hết thảy chúng sinh, không chỉ là riêng bản thân chúng ta, [mà là hết thảy] chúng sinh trong sáu đường luân hồi, tích lũy tập khí từ vô lượng kiếp đến nay, đích thực là ác nhiều thiện ít. Nếu thực sự thiện nhiều ác ít, chúng ta đã không sinh vào cõi người. Mức độ thấp nhất thì quý vị cũng được sinh lên cõi trời, hoặc sinh vào bốn thánh pháp giới. Đó là lẽ tất nhiên. Nói chung đã sinh vào cõi người trở xuống thì quyết định là ác nhiều thiện ít. Chính vì sự thật này mà các bậc thánh hiền xưa, chư Phật, Bồ Tát đại từ đại bi ứng hóa ở thế gian dạy bảo chúng ta, các vị đại thánh đại hiền đó đều xuất hiện trong thế gian này với vai trò thầy dạy, đều theo đuổi công việc giáo dục.

Thế nhưng chúng ta đều biết, thầy dù dạy tốt đến đâu cũng không thể trái nghịch lại chính sách giáo dục tại quốc gia đó. Cho nên, công đức hộ pháp của quốc gia là rất lớn. Chúng ta tôn xưng các bậc quân vương thời cổ đại là cổ thánh tiên vương, tôn xưng các bậc đế vương đều là thánh nhân. Thánh nhân là ý nghĩa gì? Là đối với chân tướng của nhân sinh vũ trụ, hết thảy sự tướng và lý lẽ nhân quả, các vị đều hiểu rõ, các vị đều sáng tỏ. Người như vậy được tôn xưng là bậc thánh. Cho nên, các ngài chế định chính sách giáo dục có thể so với chư Phật, Bồ Tát hoàn toàn phối hợp, chúng ta gọi là *"hoằng hộ"* (giúp truyền rộng thêm).

Chư Phật, Bồ Tát, các bậc thánh hiền *hoằng pháp*, các vị đế vương *hộ pháp*. Hộ pháp so với hoằng pháp còn quan trọng thiết yếu hơn. Nếu như không có người hộ pháp, chư Phật, Bồ Tát dù có trí tuệ, dù có năng lực cũng không thể phát huy,

---

[1] Ở bài giảng thứ 160, Hòa thượng cho rằng năm 2000 mới là cuối thế kỷ, không phải năm 1999.

sức ảnh hưởng cũng không lớn, có thể dạy dỗ được bao nhiêu người? [Muốn có] ảnh hưởng xã hội, ảnh hưởng quốc gia, ảnh hưởng thế giới, nhất định cần có các bậc lãnh đạo thánh hiền hộ trì chánh pháp.

Các bậc quân vương Trung quốc vào thời cổ đại, không một vị nào không xem trọng giáo dục, không một vị nào không hộ trì giáo dục. Chính thức đưa [giáo dục] vào chính sách quốc gia là Hán Vũ Đế. Hán Vũ Đế đem học thuyết Khổng Mạnh đưa vào chính sách giáo dục của quốc gia, làm phương châm giáo dục. Chính sách giáo dục này được ổn định từ đó về sau, mãi cho đến năm cuối đời Thanh, hầu như trong khoảng hai ngàn năm, các bậc quân vương đều tuân theo. Cho dù có nhiều triều đại thay đổi, chính sách giáo dục này vẫn mãi mãi không thay đổi. Cho nên, học thuyết Khổng Mạnh của Nho gia đã trở thành dòng chính trong nền giáo dục Trung quốc.

Vào thời Hán Minh Đế, Phật giáo truyền đến Trung quốc. Vì giáo dục Phật giáo và giáo dục Khổng Mạnh cùng thiết lập trên một nền tảng là hiếu đạo, cho nên từ khi truyền đến Trung quốc trở về sau luôn được người dân Trung quốc từ thành thị đến thôn quê hoan nghênh chào đón. Các vị đế vương đích thân chủ trì nền giáo dục Phật giáo. Do đó, giáo dục Khổng Mạnh và giáo dục Phật-đà cùng song song được thực hiện tại Trung quốc. Hiệu quả của giáo dục Phật giáo còn vượt xa Nho gia. Nguyên nhân nhờ đâu? Vì giáo dục của Nho gia lệ thuộc vào một bộ phận dưới quyền Tể tướng, giống như là Bộ Giáo dục, do Tể tướng quản lý. Giáo dục của Phật giáo thì do các vị đế vương đích thân chưởng quản. Người Trung quốc tôn kính Hoàng đế nhiều hơn so với sự tôn kính dành cho Tể tướng. Cho nên Hoàng đế đích thân chủ trì đốc thúc thi hành [giáo dục Phật giáo] thì hiệu quả vượt xa so với giáo dục của Nho gia. Cho nên, ngạn ngữ Trung quốc có câu: *"Nhà nhà Quán Thế Âm, nơi nơi Phật Di-đà."* Đó là bậc đế vương hộ pháp.

Nhà Nho với nhà Phật dạy ta những gì? Đôi bên đều dạy chúng ta hiểu rõ mối quan hệ giữa người và người, hiểu rõ thế nào là thiện, thế nào là ác, thế nào là lành, thế nào là dữ; dạy cho quý vị có trí tuệ, có năng lực, phân biệt chân vọng, phân biệt tà chánh, phân biệt thiện ác, phân biệt thị phi, lợi hại. Dạy cho chúng ta những điều như vậy.

Ngày nay chúng ta đọc *Cảm ứng thiên* là của Đạo giáo. Nho giáo, Phật giáo, Đạo giáo là ba nền giáo dục, thiết lập thành nền tảng của nền văn hóa Trung quốc. Trong *Cảm ứng thiên*, mỗi câu mỗi chữ đều là những tiêu chuẩn *"lành, dữ, họa, phúc"*. Chúng ta hôm nay đọc đến đoạn này là tổng kết lại tất cả. Đoạn này nêu những điều thiện ác, cũng là như trong phần trước đã nói. Văn chương chữ nghĩa cũng không xem là quá nhiều, chỉ hơn một ngàn ba trăm chữ,[1] dễ dàng thọ trì, chỉ cần đọc cho thuần thục. Sau đó khởi tâm động niệm, nói năng hành động đều phải suy xét lại xem có tương ưng với những tiêu chuẩn thiện ác được giảng trong *Cảm ứng thiên* hay không? Nếu là điều ác thì không thể nghĩ đến, không thể nói, không thể làm. Nếu là điều thiện thì nên nghĩ, nên nói, nên làm.

Hiện tại thế giới đã rối loạn, từ sau khi nhà Mãn Thanh sụp đổ, thành lập [chính quyền] Dân quốc, thật hết sức không may là chính sách giáo dục mấy ngàn năm của Trung quốc cũng sụp đổ, [mọi người] học theo [những tư tưởng] dân chủ, tự do, khai phóng của người phương Tây. Dân chủ, tự do, khai phóng là gì? Mọi người đều có thể suy nghĩ lung tung, ăn nói bậy bạ, có thể làm càn làm quấy, như vậy mà là dân chủ, tự do, khai phóng được sao? Đó chính là như hôm nay chúng ta

---

[1] Nguyên bản ghi là "一千七百多字" (nhất thiên thất bách đa tự - hơn một ngàn bảy trăm chữ) có lẽ bị nhầm. Trong nhiều nơi khác, Hòa thượng đều nói là "hơn một ngàn ba trăm chữ" hoặc "chỉ hơn ngàn chữ", chúng tôi ghi theo đó. Tuy nhiên, trong thực tế nếu không tính tiêu đề "Thái Thượng Cảm Ứng Thiên" thì toàn bài văn này chỉ có đúng 1277 chữ Hán mà thôi.

đọc đến những điều *"nói lời hung ác, nhìn việc hung ác, làm việc hung ác"*. Đâu chỉ là *"ba năm"*, từ ngày nhà Mãn Thanh sụp đổ đến nay thấm thoát đã trăm năm rồi, nếu tính sổ lại, như tuổi tác của tôi, thời thơ ấu cũng còn thấm nhuần được một đôi chút, vẫn còn được người già giảng dạy cho về *"hiếu đễ trung tín"*, cũng được nghe giảng đôi câu về *"ngũ luân, bát đức"*. Thế nhưng, kể từ sau thời kháng chiến thì không còn ai giảng dạy nữa. Trước kháng chiến vẫn còn có một số thầy dạy những điều này. Hồi đó tôi học tiểu học, trung học, thầy vẫn thường giảng giải, chúng tôi vẫn còn được nghe một phần. Hiện tại ở trường không còn được nghe, trong gia đình cũng không có, đã triệt để mất đi hết rồi.

Cho nên có nhiều tôn giáo nói đến ngày tận thế, đó chính là điềm báo trước của ngày tận thế, liệu có tránh được hay không? Có tai họa lớn đến rồi. Tai họa lớn đó từ đâu đến? Chính là từ chỗ *"nói lời hung ác, nhìn việc hung ác, làm việc hung ác"*, từ những chỗ này mà tạo thành. Tai nạn lớn này có thể tránh được không? Người xưa cũng đã nói rất hay, điều này hoàn toàn còn phải xem nơi sự chuyển biến trong lòng chúng ta. Nếu quả lòng người có thể chuyển ác thành thiện, tai nạn này liền có thể hóa giải. Nếu như cứ tiếp tục không ngừng tạo ác, tai nạn này không thể tránh được.

Đại sư Ấn Quang, truyền thuyết cho rằng ngài là Bồ Tát Đại Thế Chí thị hiện. Bồ Tát Đại Thế Chí có trí tuệ bậc nhất. Quý vị nói đến Bồ Tát thì đều biết Bồ Tát Văn Thù là tiêu biểu cho trí tuệ, nhưng không biết đến Bồ Tát Đại Thế Chí. Bồ Tát Đại Thế Chí là tiêu biểu cho trí tuệ thông minh tuyệt đỉnh. Làm sao biết được như vậy? Vì ngài đề xướng *"nhất môn thâm nhập, chuyên tu chuyên hoằng"*. *"Nhất môn"*, tuyển chọn lại là pháp môn nào? Là pháp môn niệm Phật. Ngài dạy người *"thâu nhiếp hết sáu căn, niệm niệm thanh tịnh nối nhau"*, thật là trí tuệ thông minh tuyệt đỉnh, đơn giản, sáng tỏ, *"một đao vào thẳng"*, thẳng đường cầu thành Phật đạo. Đó gọi là Đại Thế Chí.

Quý vị nên nhớ, đức Phật Thích-ca Mâu-ni trong kinh Vô Lượng Thọ ngợi khen xưng tán đức Phật A-di-đà là *"quang trung cực tôn, Phật trung chi vương"* (hào quang tôn quý nhất, bậc nhất trong chư Phật). Người được ở hai bên đấng bậc nhất trong chư Phật há có thể kém hơn người khác được sao? Như vậy thì sao có thể tôn xưng là *"bậc nhất trong chư Phật"*? Do đây chúng ta có thể nhận hiểu được rằng, hai vị Bồ Tát Quán Âm, Thế Chí là cao trổi hơn hết trong các vị Bồ Tát. Phật [A-di-đà] là *"Phật trung chi vương"* (bậc nhất trong chư Phật) thì hai vị là *"Bồ Tát trung chi vương"* (bậc nhất trong chư Bồ Tát). Vậy chúng ta có thể hình dung được rằng các vị Bồ Tát Văn Thù, Phổ Hiền không thể sánh bằng. Chúng ta thấy hai vị Văn Thù và Phổ Hiền trong Pháp hội Hoa Nghiêm cũng cầu sinh về thế giới Cực Lạc. Hai vị Đại sĩ [Quán Âm, Thế Chí] là trợ thủ của đức Phật A-di-đà trong việc giáo hóa chúng sinh, là bậc thầy ở thế giới Cực Lạc phương tây, các vị Văn Thù, Phổ Hiền khi đến đó vẫn là học trò. Phải hiểu rõ được sự thật chân tướng này thì tâm tôn kính của chúng ta đối với chư Phật, Bồ Tát mới có thể khởi sinh, tâm kính ngưỡng, tâm học tập mới có thể khởi sinh, mới biết được những lời răn dạy của các ngài là quan trọng thiết yếu.

Nhưng Bồ Tát dạy dỗ hết sức đơn giản. Càng đơn giản càng không thể nghĩ bàn, càng thâm sâu uyên áo, có thể rộng độ hết thảy chúng sinh trong các pháp giới. Cho nên hai câu tổng kết này thật là tâm từ bi khó nhọc, từ bi đến mức cùng cực.

Câu cuối cùng nói: *"Hồ bất miễn nhi hành chi."* (Vậy sao không cố gắng mà làm [việc thiện]?) *"Hồ"* có nghĩa là vì sao, tại sao. Vì sao chúng ta không khuyến khích tự thân mình nỗ lực tu hành, dứt ác tu thiện. Chính mình được chỗ tốt đẹp, được lợi ích, không phải người khác. Chúng ta dứt ác tu thiện, có phải đức Thái Thượng được lợi ích chăng? Không phải vậy. Có phải chư Phật, Bồ Tát được tốt đẹp chăng? Cũng không phải vậy. Dù với bất cứ ai cũng không liên can, chỉ tự chính mình được tốt đẹp. Các bậc đại thánh đại hiền, chư Phật, Bồ Tát giáo hóa chúng sinh, đối với hết thảy chúng sinh hoàn toàn không có mảy may mong cầu, đó mới gọi là bậc thánh nhân.

Chúng ta tự mình phải thường tụng đọc *Cảm ứng thiên*. Chúng tôi đã in ra bản *Cảm ứng thiên* có chú giải đơn giản, khổ nhỏ, mọi người có thể thuận tiện mang theo bên mình. Trước đây tôi ở Đài Loan có khuyến khích quý đồng học mỗi ngày, buổi tối nên tụng qua *Cảm ứng thiên* một lượt làm thời công phu tối, tức là trong thời khóa công phu tối phải thêm bản văn *Cảm ứng thiên* vào. Tụng văn này rồi thực sự kiểm điểm, phản tỉnh, xem chúng ta trong một ngày hôm đó khởi tâm động niệm, nói năng hành động, so với các pháp lành có tương ưng hay không? Nếu như tương ưng phù hợp, điều lành đó của chúng ta phải cố giữ gìn, không để mất đi. Nếu như so với các pháp xấu ác là tương ưng, nhất định phải sửa lỗi, tự làm thanh tịnh chính mình, phải sám hối. Đó gọi là chân chánh tu hành.

Tu hành nhất định không phải là đem kinh văn ra tụng đọc qua một lượt, tụng đọc cho chư Phật, Bồ Tát nghe. Đó gọi là lừa gạt người, không phải chân chánh tu hành. Chân chánh tu hành là đối với những lời răn dạy của chư Phật, Bồ Tát thực sự hiểu rõ, tin nhận, vâng làm theo. Đó mới là chân chánh tu hành, mới có thể được lợi ích chân chánh. Lợi ích đó chính là *"trời ắt ban phước lành"*, tự mình có lòng tin đầy đủ.

Hôm nay trong quý vị có rất nhiều vị đồng tu mới đến. Tại Singapore này có một nữ cư sĩ, một trăm lẻ một tuổi vẫn như người còn trẻ, một trăm lẻ một tuổi vẫn còn rất trẻ, không già. Chúng tôi có băng ghi hình tặng cho quý vị, quý vị mang về mà xem. Vì sao bà này một trăm lẻ một tuổi vẫn còn trẻ như thế? Thân thể bà ấy khỏe mạnh, tai thính mắt sáng, phản ứng nhanh nhạy, không khác gì người ba, bốn mươi tuổi. Một trăm lẻ một tuổi không sinh bệnh, nguyên nhân là gì? Đó là ba yếu tố *"nói lời hiền thiện, nhìn việc hiền thiện, làm việc hiền thiện"*, bà ấy đều đã làm được. Bà ấy đầy đủ tín tâm, được ông trời bảo vệ che chở. Bà ấy thường nói, trời giúp bà ấy được không lo không buồn, không trói buộc, không vướng mắc, mỗi ngày đều vì người nghèo khổ mà phục vụ, mỗi ngày đều ra bên ngoài bôn ba [giúp người]. Như vậy là làm được, không có gì khác nữa. Bà ấy đã làm được, mỗi người cũng đều có thể làm được. Năng lực của bà ấy nằm ở chỗ suốt đời không nhìn thấy lỗi lầm của người khác. Đó là ưu điểm của bà ấy. Bà chỉ nhìn thấy những điều tốt đẹp của người khác, không nhìn thấy những điều lỗi lầm, tâm địa hoàn toàn thiện lương. Khi sống chung với người khác, khi gặp chướng ngại, bà ấy luôn nghĩ lại chỗ không tốt của bản thân mình: *"Là do tự mình làm không tốt, vì sao lại bảo người khác không vui vẻ?"* Từ xưa đến nay bà chưa từng nói đến những chỗ không tốt của người khác. Bà đã một trăm lẻ một tuổi vẫn giữ được thân thể khỏe mạnh như người ba, bốn mươi tuổi, nguyên nhân chính là ở chỗ này.

Người xưa thường nói: *"Lo buồn có thể làm người già suy."* Một người nhiều vọng tưởng, phân biệt, bám chấp, trong lòng luôn chất chứa những điều bất thiện của hết thảy chúng sinh, người như vậy rất nhanh chóng già suy. Người có tâm hiền thiện, ý niệm hiền thiện, hành vi hiền thiện thì mãi mãi không già suy. Tôi thường nói, không chỉ là không già suy, người ấy còn không có bệnh, những điều ấy đều là sự thật. Về sau thì sao? Không chết, vì người như vậy sau khi chết đi về đâu là việc rất rõ ràng. Sau khi chết, nếu không niệm Phật về thế giới Cực Lạc thì họ sẽ sinh lên cõi trời.

Có vị đồng học hỏi tôi, người như nữ cư sĩ Hứa Triết, sinh về cõi trời thì sinh vào tầng trời nào? Tôi nói với mọi người, ít nhất bà ấy cũng sinh lên cõi trời Đâu-suất. Tôi làm sao biết được bà ấy sinh lên cõi trời Đâu-suất? Vì [bà ấy] biết đủ. Cõi trời Đâu-suất được gọi là cõi trời Tri Túc. Bà ấy mọi việc đều biết đủ, không một mảy may tham cầu, chỉ biết vì xã hội, vì người già, vì người bệnh, vì người khổ nạn mà phục vụ, bà ấy không có một ý niệm thứ hai nào khác. Người như vậy sinh về cõi trời nhất định sinh vào cõi trời Đâu-suất, cõi trời Tri Túc. Chúng ta từ nơi công hạnh, việc làm của bà ấy mà quan sát, phán đoán, sáu tầng trời Dục giới bà sinh vào tầng nào, so với các cõi trời Tứ vương, cõi trời Đao-lợi đều cao hơn nữa.

Bà ấy đến một trăm lẻ một tuổi mới quy y Tam bảo, mới học Phật. Bà quy y tại đạo trường Cư Sĩ Lâm, mỗi ngày đều niệm Phật A-di-đà, cầu sinh thế giới Cực Lạc. Người như bà niệm Phật cầu sinh thế giới Cực Lạc, khẳng định sẽ được Thượng phẩm thượng sanh. Đó là mẫu mực, là khuôn mẫu điển hình cho chúng ta, cho nên phải cố gắng thực hành.

Chúng ta giảng giải *Cảm ứng thiên* đến hôm nay là trọn vẹn đầy đủ. So ra lần giảng giải này rất tường tận, chi tiết. Thế nhưng nội dung phần chú giải thực ra quá phong phú, tôi không giảng y theo chú giải. Y theo chú giải mà giảng thì thời gian quá dài, sẽ kéo dài quá lâu, người đời hiện nay không đủ lòng nhẫn nại [để nghe giảng] kéo dài đến thế. Cho nên chúng ta giảng đến hôm nay là kết thúc, là trọn vẹn đầy đủ.

Ngày mai chúng ta sẽ thay đổi chủ đề giảng giải. Tôi và quý đồng học sẽ cùng nhau học tập kinh *Thập thiện nghiệp đạo*. Hôm nay thời gian đã hết, chúng ta giảng giải đến đây viên mãn.

Hết tập 8 trong tổng số 8 tập

Quý độc giả cũng có thể tìm mua bản in bìa cứng
với nội dung gồm 2 tập (mỗi tập hơn 800 trang).

Sách có thể mua qua www.amazon.com/author/minhtien/

Phụ lục bài văn Cảm ứng thiên

Nguyên văn chữ Hán

太上感應篇

太上曰：「禍福無門，惟人自召；善惡之報，如影隨形。」

是以天地有司過之神，依人所犯輕重，以奪人算。算減則貧耗，多逢憂患；人皆惡之，刑禍隨之，吉慶避之，惡星災之；算盡則死。

又有三台北斗神君，在人頭上，錄人罪惡，奪其紀算。又有三尸神，在人身中，每到庚申日，輒上詣天曹，言人罪過。月晦之日，灶神亦然。凡人有過，大則奪紀，小則奪算。其過大小，有數百事，欲求長生者，先須避之。

是道則進，非道則退。不履邪徑，不欺暗室；積德累功，慈心於物；忠孝友悌，正己化人；矜孤恤寡，敬老懷幼；昆蟲草木，猶不可傷。宜憫人之凶，樂人之善；濟人之急，救人之危。見人之得，如己之得；見人之失，如己之失。不彰人短，不炫己長；遏惡揚善，推多取少。受辱不怨，受寵若驚；施恩不求報，與人不追悔。

所謂善人，人皆敬之，天道佑之，福祿隨之，眾邪遠之，神靈衛之；所作必成，神仙可冀。欲求天仙者，當立一千三百善；欲求地仙者，當立三百善。

苟或非義而動，背理而行；以惡為能，忍作殘害；

陰賊良善，暗侮君親；慢其先生，叛其所事；誑諸無識，謗諸同學；虛誣詐偽，攻訐宗親；剛強不仁，狠戾自用；是非不當，向背乖宜；虐下取功，諂上希旨；受恩不感，念怨不休；輕蔑天民，擾亂國政；賞及非義，刑及無辜；殺人取財，傾人取位；誅降戮服，貶正排賢；凌孤逼寡，棄法受賂；以直為曲，以曲為直；入輕為重，見殺加怒；知過不改，知善不為；自罪引他，壅塞方術；訕謗聖賢，侵凌道德。

射飛逐走，發蟄驚棲；填穴覆巢，傷胎破卵；願人有失，毀人成功；危人自安，減人自益；以惡易好，以私廢公，竊人之能，蔽人之善；形人之醜，訐人之私；耗人貨財，離人骨肉；侵人所愛，助人為非；逞志作威，辱人求勝；敗人苗稼，破人婚姻；苟富而驕，苟免無恥；認恩推過，嫁禍賣惡；沽買虛譽，包貯險心；挫人所長，護己所短；乘威迫脅，縱暴殺傷；無故剪裁，非禮烹宰；散棄五穀，勞擾眾生；破人之家，取其財寶；決水放火，以害民居；紊亂規模，以敗人功；損人器物，以窮人用。

見他榮貴，願他流貶；見他富有，願他破散；見他色美，起心私之；負他貨財，願他身死；干求不遂，便生咒恨；見他失便，便說他過；見他體相不具而笑之，見他材能可稱而抑之。

埋蠱厭人，用藥殺樹；恚怒師傅，抵觸父兄；強取強求，好侵好奪；擄掠致富，巧詐求遷；賞罰不平，逸樂過節；苛虐其下，恐嚇於他；怨天尤人，呵風罵雨；鬥合爭訟，妄逐朋黨；用妻妾語，違父母訓；得新忘故，口是心非；貪冒於財，欺罔其上；造作惡語，讒毀平人；毀人稱直，罵神稱正；棄順效逆，背親向疏；指天地以證鄙懷，引神明而鑒猥事。

施與後悔，假借不還；分外營求，力上施設；淫慾過度，心毒貌慈；穢食餧人，左道惑眾；短尺狹度，輕秤小升；以偽雜真，採取姦利；壓良為賤，謾驀愚人；貪婪無厭，咒詛求直。

嗜酒悖亂，骨肉忿爭；男不忠良，女不柔順；不和其室，不敬其夫；每好矜誇，常行妒忌；無行於妻子，失禮於舅姑；輕慢先靈，違逆上命；作為無益，懷挾外心；自咒咒他，偏憎偏愛；越井越灶，跳食跳人；損子墮胎，行多隱僻；晦臘歌舞，朔旦號怒；對北涕唾及溺，對灶吟詠及哭；又以灶火燒香，穢柴作食；夜起裸露，八節行刑；唾流星，指虹霓；輒指三光，久視日月；春月燎獵，對北惡罵，無故殺龜打蛇... 如是等罪，司命隨其輕重，奪其紀算。算盡則死；死有餘責，乃殃及子孫。

又諸橫取人財者，乃計其妻子家口以當之，漸至死喪。若不死喪，則有水火盜賊、遺亡器物、疾病口舌諸事，以當妄取之值。

又枉殺人者，是易刀兵而相殺也。取非義之財者，譬如漏脯救饑，鴆酒止渴；非不暫飽，死亦及之。

夫心起於善，善雖未為，而吉神已隨之；或心起於惡，惡雖未為，而凶神已隨之。其有曾行惡事，後自改悔，諸惡莫作，眾善奉行，久久必獲吉慶；所謂轉禍為福也。故吉人語善、視善、行善，一日有三善，三年天必降之福。凶人語惡、視惡、行惡，一日有三惡，三年天必降之禍。胡不勉而行之？

Dịch âm Hán Việt

Thái Thượng Cảm ứng thiên

Thái Thượng viết: "Họa phúc vô môn, duy nhân tự chiêu; thiện ác chi báo, như ảnh tùy hình."

Thị dĩ thiên địa hữu tư quá chi thần, y nhân sở phạm khinh trọng, dĩ đoạt nhân toán. Toán giảm tắc bần hao, đa phùng ưu hoạn; nhân giai ác chi, hình họa tùy chi, cát khánh tị chi, ác tinh tai chi; toán tận tắc tử.

Hựu hữu tam thai, Bắc đẩu thần quân, tại nhân đầu thượng, lục nhân tội ác, đoạt kì kỉ toán. Hựu hữu tam thi thần, tại nhân thân trung, mỗi đáo canh thân nhật, triếp thượng nghệ thiên tào, ngôn nhân tội quá. Nguyệt hối chi nhật, táo thần diệc nhiên. Phàm nhân hữu quá, đại tắc đoạt kỉ, tiểu tắc đoạt toán. Kỳ quá đại tiểu, hữu sổ bách sự, dục cầu trường sinh giả, tiên tu tị chi.

Thị đạo tắc tấn, phi đạo tắc thối. Bất lý tà kính, bất khi ám thất. Tích đức lũy công, từ tâm ư vật. Trung hiếu hữu đễ, chính kỷ hoá nhân; căng cô tuất quả, kính lão hoài ấu. Côn trùng thảo mộc, do bất khả thương. Nghi mẫn nhân chi hung, lạc nhân chi thiện. Tế nhân chi cấp, cứu nhân chi nguy. Kiến nhân chi đắc, như kỷ chi đắc; kiến nhân chi thất, như kỷ chi thất. Bất chương nhân đoản, bất huyễn kỷ trường. Át ác dương thiện, suy đa thủ thiểu. Thụ nhục bất oán, thụ sủng nhược kinh. Thi ân bất cầu báo, dữ nhân bất truy hối.

Sở vị thiện nhân, nhân giai kính chi, thiên đạo hữu chi, phúc lộc tùy chi, chúng tà viễn chi, thần linh vệ chi; sở tác tất thành, thần tiên khả ký. Dục cầu thiên tiên giả, đương lập nhất thiên tam bách thiện; dục cầu địa tiên giả, đương lập tam bách thiện.

Cẩu hoặc phi nghĩa nhi động, bội lý nhi hành: Dĩ ác vi năng, nhẫn tác tàn hại. Âm tặc lương thiện, ám vũ quân thân. Mạn kỳ tiên sinh, bạn kỳ sở sự. Cuống chư vô thức, báng chư đồng học.

Hư vu trá ngụy, công yết tông thân. Cương cường bất nhân, ngận lệ tự dụng. Thị phi bất đương, hướng bội quai nghi. Ngược hạ thủ công, siểm thượng hy chỉ. Thụ ân bất cảm, niệm oán bất hưu. Khinh miệt thiên dân, nhiễu loạn quốc chánh. Thưởng cập phi nghĩa, hình cập vô cô. Sát nhân thủ tài, khuynh nhân thủ vị. Tru giáng lục phục, biếm chính bài hiền. Lăng cô bức quả, khí pháp thụ lộ. Dĩ trực vi khúc, dĩ khúc vi trực. Nhập khinh vi trọng, kiến sát gia nộ. Tri quá bất cải, tri thiện bất vi. Tự tội dẫn tha, ủng tắc phương thuật. San báng thánh hiền, xâm lăng đạo đức. Xạ phi trục tẩu, phát chập kinh thê. Điền huyệt phú sào, thương thai phá noãn. Nguyện nhân hữu thất, hủy nhân thành công. Nguy nhân tự an, giảm nhân tự ích. Dĩ ác dịch hảo, dĩ tư phế công. Thiết nhân chi năng, tế nhân chi thiện. Hình nhân chi xú, yết nhân chi tư. Hao nhân hóa tài, ly nhân cốt nhục. Xâm nhân sở ái, trợ nhân vi phi. Sính chí tác uy, nhục nhân cầu thắng. Bại nhân miêu giá, phá nhân hôn nhân. Cẩu phú nhi kiêu, cẩu miễn vô sỉ. Nhận ân suy quá, giá họa mại ác. Cô mãi hư dự, bao trữ hiểm tâm. Tỏa nhân sở trường, hộ kỉ sở đoản. Thừa uy bách hiếp, túng bạo sát thương. Vô cố tiễn tài, phi lễ phanh tể. Tán khí ngũ cốc, lao nhiễu chúng sinh. Phá nhân chi gia, thủ kỳ tài bảo. Quyết thủy phóng hỏa, dĩ hại dân cư. Vấn loạn quy mô, dĩ bại nhân công. Tổn nhân khí vật, dĩ cùng nhân dụng. Kiến tha vinh quý, nguyện tha lưu biếm. Kiến tha phú hữu, nguyện tha phá tán. Kiến tha sắc mĩ, khởi tâm tư chi. Phụ tha hóa tài, nguyện tha thân tử. Can cầu bất toại, tiện sinh chú hận. Kiến tha thất tiện, tiện thuyết tha quá. Kiến tha thể tướng bất cụ nhi tiếu chi. Kiến tha tài năng khả xưng nhi ức chi.

Mai cổ áp nhân, dụng dược sát thụ. Khuể nộ sư phó, để xúc phụ huynh. Cưỡng thủ cưỡng cầu, háo xâm háo đoạt. Lỗ lược trí phú, xảo trá cầu thiên. Thưởng phạt bất bình, dật lạc quá tiết. Hà ngược kỳ hạ, khủng hách ư tha. Oán thiên vưu nhân, ha phong mạ vũ. Đấu hợp tranh tụng, vọng trục bằng đảng. Dụng thê thiếp ngữ, vi phụ mẫu huấn. Đắc tân vong cố, khẩu thị tâm phi. Tham mạo ư tài, khi võng kỳ thượng. Tạo tác ác ngữ, sàm hủy bình nhân. Hủy nhân xưng trực, mạ thần xưng chính. Khí thuận hiệu nghịch, bội thân hướng sơ. Chỉ thiên địa dĩ chứng bỉ hoài, dẫn thần minh nhi giám ổi sự.

Thí dữ hậu hối, giả tá bất hoàn. Phận ngoại doanh cầu, lực thượng thí thiết. Dâm dục quá độ, tâm độc mạo từ. Uế thực ủy nhân, tả đạo hoặc chúng. Đoản xích hiệp độ, khinh xứng tiểu thăng. Dĩ ngụy tạp chân, thái thủ gian lợi. Áp lương vi tiện, man mạch ngu nhân. Tham lam vô áp, chú trở cầu trực.

Thị tửu bội loạn, cốt nhục phẫn tranh. Nam bất trung lương, nữ bất nhu thuận. Bất hòa kì thất, bất kính kì phu. Mỗi háo căng khoa, thường hành đố kị. Vô hạnh ư thê tử, thất lễ ư cữu cô. Khinh mạn tiên linh, vi nghịch thượng mệnh. Tác vi vô ích, hoài cáp ngoại tâm. Tự chú chú tha, thiên tắng thiên ái. Việt đán việt táo, đào thực đào nhân. Tổn tử đọa thai, hành đa ẩn tích. Hối lạp ca vũ, sóc đán hiệu nộ. Đối bắc thế thóa cập nịch. Đối táo ngâm vịnh cập khốc. Hựu dĩ táo hỏa thiêu hương. Uế sài tác thực. Dạ khởi lõa lộ, bát tiết hành hình. Thóa lưu tinh, chỉ hồng nghê. Triếp chỉ tam quang, cửu thị nhật nguyệt. Xuân nguyệt liệu lạp, đối bắc ác mạ, vô cố sát quy đả xà...

Như thị đẳng tội, tư mệnh tùy kì khinh trọng, đoạt kỳ kỷ toán. Toán tận tắc tử, tử hữu dư trái, nãi ương cập tử tôn.

Hựu chư hoạnh thủ nhân tài giả, nãi kế kỳ thê tử gia khẩu dĩ đương chi, tiệm chí tử táng. Nhược bất tử táng, tắc hữu thủy hỏa đạo tặc, di vong khí vật, tật bệnh khẩu thiệt chư sự, dĩ đương vọng thủ chi trực.

Hựu uổng sát nhân giả, thị dịch đao binh nhi tương sát dã.

Thủ phi nghĩa chi tài giả, thí như lậu bô cứu cơ, chậm tửu chỉ hạt, phi bất tạm bão, tử diệc cập chi.

Phù tâm khởi ư thiện, thiện tuy vị vi, nhi cát thần dĩ tùy chi; hoặc tâm khởi ư ác, ác tuy vị vi, nhi hung thần dĩ tùy chi.

Kỳ hữu tằng hành ác sự, hậu tự cải hối, chư ác mạc tác, chúng thiện phụng hành, cửu cửu tất hoạch cát khánh. Sở vị chuyển họa vi phúc dã.

Cố cát nhân ngứ thiện, thị thiện, hành thiện, nhất nhật hữu tam thiện, tam niên thiên tất giáng chi phúc. Hung nhân ngứ ác, thị ác, hành ác, nhất nhật hữu tam ác, tam niên thiên tất giáng chi họa. Hồ bất miễn nhi hành chi?

Việt dịch

Đức Thái thượng nói rằng: *"Họa, phước không cửa vào, đều do người tự chuốc. Việc báo ứng thiện ác, như bóng luôn theo hình."*

Cho nên, trong trời đất có thần chủ trì việc xét lỗi, tùy theo chỗ phạm lỗi nặng nhẹ của người mà giảm toán. Toán giảm thì nghèo khó hao tổn, gặp nhiều buồn lo hoạn nạn; người người đều ghét bỏ, tai họa, hình phạt liền theo sau. Điều tốt đẹp lánh xa, ác tinh chiếu vào gây họa. Toán hết thì phải chết.

Lại có [bốn vị] thần là tam thai và Bắc đẩu ở trên đầu người, ghi chép tội ác để giảm trừ kỷ, toán. Lại có ba thần thi ở trong thân người, cứ đến ngày canh thân thì lên thiên tào báo rõ những điều tội lỗi của người. Đến ngày cuối tháng, thần bếp cũng [lên thiên tào báo cáo] như vậy. Người đời phạm tội lỗi, lớn thì giảm kỷ, nhỏ thì giảm toán. Những tội lỗi lớn nhỏ như thế tính ra đến số mấy trăm. Muốn cầu sống lâu thì trước hết phải kiêng tránh tất cả những tội lỗi này.

Hợp đạo thì tiếp tục làm, trái đạo thì thối lui. Không làm những việc tà vạy. Chẳng xem thường nơi khuất tất vắng vẻ. Chứa góp công đức, đem lòng từ đối với muôn vật. Giữ đạo trung hiếu, hòa ái kính thuận. Sửa mình chân chánh, cảm hóa người khác. Thương yêu giúp đỡ người cô độc góa bụa, kính trọng người già, lo cho trẻ thơ. Côn trùng cỏ cây cũng không được làm hại. Phải thương xót trước việc ác của người, vui mừng với việc thiện của người. Giúp người khi khẩn cấp, cứu người lúc nguy nan. Thấy người khác được cũng như mình được, thấy người khác mất cũng như mình mất. Không phô bày nhược điểm của người, không khoe khoang ưu điểm của mình. Ngăn điều xấu ác, tán dương điều thiện. Cho ra nhiều, giữ lại ít. Chịu nhục không oán hận, được vinh dự sủng ái phải lo sợ. Làm ơn không cầu báo đáp, giúp người rồi không hối tiếc.

Làm người hiền thiện, người người đều kính trọng, đạo trời nâng đỡ, phước lộc tùy theo, tà ác tránh xa, thần linh hộ vệ. Việc làm ắt thành tựu, có thể thành thần tiên. Nếu muốn thành thiên tiên, phải làm một ngàn ba trăm điều thiện. Nếu muốn thành địa tiên, phải làm ba trăm điều thiện.

Nếu như nghĩ điều phi nghĩa, làm việc trái lẽ: Lấy việc làm ác cho là tài năng. Nhẫn tâm làm những việc tàn ác tổn hại. Lén lút hại kẻ hiền lương, âm thầm khinh nhờn hủy báng người trên. Khinh thường thầy dạy, không kính phụng thầy. Lừa gạt người không biết, bôi xấu bạn học. Dối trá lừa bịp, công kích bới móc thân tộc. Cứng rắn không nhân từ, làm điều tàn nhẫn tự cho là đúng. Đúng sai không thích đáng, chánh tà đều trái lẽ. Ngược đãi cướp công cấp dưới, siểm nịnh cấp trên mong được nâng đỡ. Chịu ơn không báo, nhớ oán không thôi. Khinh miệt dân trời, nhiễu loạn việc nước. Ban thưởng phi nghĩa, xử phạt vô tội. Giết người cướp tài sản, hại người chiếm địa vị. Giết kẻ quy hàng, diệt người chịu tội; ép người chân chính, loại kẻ hiền lương. Bức hiếp người cô độc góa bụa. Vất bỏ pháp luật, nhận của hối lộ. Biến ngay thành gian, lấy gian làm ngay. Tội nhẹ xem nặng. Thấy [người đã bị] giết còn thêm giận dữ. Biết lỗi không sửa, biết thiện không làm. Tự mình phạm tội làm liên lụy người khác. Che giấu, cản trở người khác sử dụng phương thuật. Khinh chê hủy báng thánh hiền. Xâm hại hủy nhục người đạo đức.

Bắn chim rượt thú, đào trùng đuổi chim. Chặn hang lật tổ, phá thai hại trứng. Mong người khác thất bại, phá hoại sự thành công của người. Khiến người nguy hiểm để mình được an ổn. Giảm bớt của người để thêm cho mình. Lấy xấu đổi tốt. Vì chuyện riêng bỏ việc chung. Trộm cắp tài năng người khác. Che giấu việc thiện của người. Phô bày chuyện xấu, bới móc chuyện riêng tư của người. Làm tốn hao tài vật người khác. Chia lìa tình thân cốt nhục của người, xâm phạm những điều người khác yêu thích, giúp người khác làm việc sai trái.

Thích ý ra oai. Làm nhục người để giành phần thắng. Phá hoại mùa màng của người. Phá hoại chuyện hôn nhân của người. Vừa giàu đã kiêu. Thoát tội không biết xấu hổ. Việc tốt về mình, đổ lỗi cho người. Đổ họa cho người, đẩy tội về người. Mua bán hư danh. Chất chứa lòng hiểm độc. Ngăn trở ưu điểm của người. Bao che nhược điểm của mình. Dựa vào quyền uy bức hiếp người. Buông thả lòng hung bạo giết hại người. Không duyên cớ mà may quần áo mới. Không đúng lễ mà giết mổ súc vật. Vung vãi hoang phí ngũ cốc. Làm nhọc sức chúng sinh. Phá hoại nhà người chiếm tài sản quý. Gây lụt, đốt lửa làm hại dân cư. Rối loạn phép tắc, hại công sức người. Phá hỏng đồ dùng, khiến người cùng khốn.

Thấy người vinh hoa phú quý, mong cho người lưu lạc tù đày. Thấy người giàu có, mong cho người tan nhà nát cửa. Thấy người có sắc đẹp, khởi lòng ham muốn tà vạy. Nợ người tiền bạc của cải, mong cho người chết đi. Thỉnh cầu nhờ cậy không được, liền sinh oán hận nguyền rủa. Thấy người sa cơ thất thế liền nói lỗi người. Thấy người thân thể khuyết tật mà cười cợt. Thấy người có tài năng đáng ngợi khen lại chèn ép.

Chôn bùa độc để hại người. Dùng thuốc làm chết cây cối. Nổi giận với thầy dạy, xúc phạm bậc cha anh. Cưỡng ép giành lấy, tham muốn xâm đoạt. Cướp bóc để làm giàu. Xảo trá cầu thăng chức. Thưởng phạt không công bằng. Tham vui quá tiết độ. Khắt khe bạo ngược với cấp dưới. Khủng bố dọa nạt người khác. Oán trời trách người. Mắng gió chửi mưa. Xúi giục người tranh tụng. Ngu muội kết thành bè đảng bon chen. Nghe theo lời vợ, làm trái lời răn dạy của cha mẹ. Có mới nới cũ, ngoài miệng nói đúng trong lòng nghĩ sai. Tham tiền làm liều, lừa dối người trên. Bịa đặt lời ác độc, gièm pha hãm hại người thường. Làm hại người khác, tự cho là ngay thẳng; bôi nhọ thần thánh, tự cho là chân chánh. Bỏ điều thuận, theo điều nghịch; bỏ người thân, theo kẻ sơ. Viện trời đất chứng minh lòng dạ xấu xa; dẫn thần minh soi xét việc đê hèn. Trước cho tặng, sau hối tiếc. Vay mượn không trả. Mong cầu vượt quá phận mình. Đem dùng cạn kiệt năng lực. Dâm dục quá mức độ. Trong lòng ác độc, bên ngoài ra vẻ hiền từ. Cho người khác ăn thức ăn dơ. Dùng tà đạo sai trái mê hoặc mọi người. Dùng thước ngắn, vật đong nhỏ. Quả cân non, thúng lường thiếu. Lấy đồ giả trộn lẫn đồ thật. Mưu lợi gian xảo. Chèn ép khinh khi người lương thiện. Lừa gạt kẻ khờ khạo ngu ngốc. Tham lam không chán. Thề thốt cầu thần chứng minh. Nghiện rượu, gây náo loạn. Ruột thịt nóng giận tranh chấp nhau. Nam giới không trung lương. Nữ giới không nhu thuận. [Đàn ông] không giữ hòa thuận trong nhà. [Đàn bà] không kính trọng chồng. Chỉ thích kiêu ngạo khoe khoang. Thường làm việc ganh ghét đố ky. [Đàn ông] đối với vợ con không giữ đức hạnh, [đàn bà] không giữ lễ với cha mẹ chồng. Khinh thường tổ tiên. Trái lệnh bề trên. Làm việc vô ích. Ôm lòng phản trắc. Thề thốt nguyền rủa mình, nguyền rủa người khác. Yêu ghét thiên lệch. Nhảy qua giếng, nhảy qua ông táo. Lựa chọn thức ăn, khinh thường người khác. Phá thai hại con, việc làm nhiều ám muội. Ca múa vào những ngày cuối tháng, cuối năm. Khóc lóc quát giận sáng sớm ngày đầu tháng. Quay về hướng bắc hỉ mũi, khạc nhổ, tiểu tiện. Ngâm vịnh, khóc lóc trước bếp lò. Lại dùng lửa trong bếp để thắp hương. Dùng củi dơ đun nấu thức ăn. Giữa đêm thức dậy lõa lồ. Hành hình vào tám ngày phân tiết. Khạc nhổ [khi thấy] sao băng. Chỉ vào cầu vồng. Thường chỉ trỏ mặt trời, mặt trăng, tinh tú. Nhìn lâu vào mặt trời, mặt trăng. Mùa xuân đốt rừng xua bắt thú. Quay về hướng bắc chửi mắng độc địa. Vô cớ giết rùa, đánh rắn...

Những tội như thế, thần tư mệnh tùy theo nặng nhẹ mà trừ vào kỷ, toán. Kỷ, toán trừ hết thì phải chết. Sau khi chết vẫn còn nợ thì để lại tai ương cho con cháu.

Lại như những kẻ ngang ngược cướp lấy tiền tài người khác, rồi thì cả gia đình vợ con đều phải gánh chịu [quả báo], dần dần cho đến chết chóc; nếu không chết chóc thì cũng gặp nạn lũ lụt, hỏa tai, trộm cướp, mất mát đồ vật, bệnh tật, gặp nạn miệng lưỡi, để trả giá cho sự chiếm đoạt sằng bậy. Lại như kẻ giết oan người khác, [sau rồi cũng bị người khác giết lại,] đó là đổi binh khí mà giết lẫn nhau. Kẻ chiếm lấy tiền tài phi nghĩa cũng giống như dùng thịt thối cho đỡ đói, uống rượu độc cho đỡ khát. Chẳng những không tạm no lòng mà cái chết đã đến.

Khi tâm khởi ý thiện, tuy chưa làm việc thiện nhưng thiện thần đã nương theo. Nếu tâm khởi ý ác, tuy chưa làm việc ác mà hung thần đã bám theo. Nếu có người từng làm việc xấu ác, về sau tự mình hối cải, không làm các việc ác, vâng làm các việc lành. Lâu ngày ắt được sự an lành tốt đẹp. Đó gọi là chuyển họa thành phúc.

Cho nên người hiền lành, nói lời hiền thiện, nhìn việc hiền thiện, làm việc hiền thiện, mỗi ngày có đủ ba yếu tố hiền thiện này, trong ba năm ắt được trời ban phúc lành. Người hung dữ, nói lời hung ác, nhìn việc hung ác, làm việc hung ác, mỗi ngày có đủ ba yếu tố hung ác này, trong ba năm ắt bị trời giáng tai họa. Vậy sao không cố gắng mà làm [việc thiện]?

Lời thưa

Trong kinh Pháp Cú, đức Phật dạy rằng: "Pháp thí thắng mọi thí." Thực hành Pháp thí là chia sẻ, truyền rộng lời Phật dạy đến với mọi người. Mỗi người Phật tử đều có thể tùy theo khả năng để thực hành Pháp thí bằng những cách thức như sau:

1. Cố gắng học hiểu và thực hành những lời Phật dạy. Tự mình học hiểu càng sâu rộng thì việc chia sẻ, bố thí Pháp càng có hiệu quả lớn lao hơn. Nên nhớ rằng **việc đọc sách còn quan trọng hơn cả việc mua sách.**

2. Phải trân quý kinh điển, sách vở in ấn lời Phật dạy. Khi có điều kiện thì mua, thỉnh về nhà để tự mình và người trong gia đình đều có điều kiện học hỏi làm theo. Không nên giữ làm của riêng mà phải sẵn lòng chia sẻ, truyền rộng, khuyến khích nhiều người khác cùng đọc và học theo. Không nên để kinh sách nằm yên đóng bụi trên kệ sách, vì **kinh sách không có người đọc thì không thể mang lại lợi ích.**

3. Tùy theo khả năng mà đóng góp tài vật, công sức để hỗ trợ cho những người làm công việc biên soạn, dịch thuật, in ấn, lưu hành kinh sách, **để ngày càng có thêm nhiều kinh sách quý được in ấn, lưu hành.**

Thông thường, việc chi tiêu một số tiền nhỏ không thể mang lại lợi ích lớn, nhưng nếu sử dụng vào việc giúp lưu hành kinh sách thì lợi ích sẽ lớn lao không thể suy lường. Đó là vì đã giúp cho nhiều người có thể hiểu và làm theo lời Phật dạy. Mong sao quý Phật tử khắp nơi đều lưu tâm đóng góp sức mình vào những việc như trên.

TINH YẾU THỰC HÀNH PHÁP THÍ

- Mua thỉnh kinh sách về đọc, tự mình sẽ được rất nhiều lợi ích.

- Chia sẻ, truyền rộng bằng cách cho mượn, biếu tặng kinh sách đến nhiều người thì lợi ích ấy càng tăng thêm gấp nhiều lần.

- Đóng góp công sức, tài vật để hỗ trợ công việc biên soạn, dịch thuật, giảng giải, in ấn, lưu hành kinh sách thì công đức lớn lao không thể suy lường, vì có vô số người sẽ được lợi ích từ việc lưu hành kinh sách.